காலத்தின் ரேகை பதித்த

புதுமைப்பித்தன் கதைகள்

கதைத் தேர்வு:

ச. தமிழ்ச்செல்வன்

பாரதி புத்தகாலயம்

Kaalathin Regai Pathintha
PUTHUMAIPPITHAN KATHAIGAL
Selected by: **S. Tamilselvan**
Our Third Edition:2008 | Sixth Print: August, 2021
Published by BHARATHI PUTHAKALAYAM
7, Elango Salai, Teynampet, Chennai - 600 018
Email: thamizhbooks@gmail.com | www.thamizhbooks.com

காலத்தின் ரேகை பதித்த புதுமைப்பித்தன் கதைகள்

கதைத்தேர்வு: **ச. தமிழ்ச்செல்வன்**

எமது மூன்றாம் பதிப்பு: 2008 | ஆறாவது அச்சு: ஆகஸ்ட், 2021

வெளியீடு:

பாரதி புத்தகாலயம்
7, இளங்கோ சாலை, தேனாம்பேட்டை, சென்னை - 600 018.
தொலைபேசி: 044 24332424, 24356935 விற்பனை : 24332924

விற்பனை நிலையங்கள்
மதுரை: 37A, பெரியார் பேருந்து நிலையம் - 045 22324674
ஈரோடு: 39: 39 ஸ்டேட் பாங்க் சாலை - 9245448353
திண்டுக்கல்: பேருந்து நிலையம் - 9942331105, 9976053719
பழனி: பேருந்து நிலையம் அருகில் - 9442883696
திருப்பூர்: 447, அவினாசி சாலை - 9486105018
சேலம்: பாலம் 35, அத்வைத ஆஸ்ரமம் சாலை 0427 2335952
திருவல்லிக்கேணி: 48, தேரடி தெரு - 9444428358
வடபழனி: பேருந்து நிலையம் எதிரில் அடையார்
ஆனந்தபவன் மாடியில் - 9444476967
பெரம்பூர்: 52, கூக்ஸ் ரோடு - 9444373716
திருவாரூர்: 35, நேதாஜி சாலை - 9442540543
சேலம்: 15, வித்யாலயா சாலை சாலை
திருநெல்வேலி: 25A, ராஜேந்திரநகர் - 9442149981
அருப்புக்கோட்டை: 31, அகமுடையார் மஹால் - 9994173551
மதுரை: சர்வோதயா மெயின்ரோடு
குன்னூர்: N.K.N வணிக வளாகம் பெட்போர்ட்
செங்கல்பட்டு: 1 D ஜி.எஸ்.டி சாலை - 044 27426964
விருதுநகர்: 131, கச்சேரி சாலை - 0456 2245300
கும்பகோணம்: 352, ரயில் நிலையம் எதிரில் - 9443995061
வேலூர்: பேஸ் III, சத்துவாச்சாரி - 9442553893
நெய்வேலி: பேருந்து நிலையம் அருகில், - 9443659147
தஞ்சாவூர்: காந்திஜி வணிக வளாகம் காந்திஜி சாலை - 9655542400
கோவை: 77, மசக்காளிபாளையம் ரோடு, பீளமேடு - 8903707294
திருச்சி: வெண்மணி இல்லம், கரூர் புறவழிச்சாலை - 9994289492
திருவண்ணாமலை: முத்தம்மாள் நகர்
நாகர்கோவில்: 699 கே.பி.ரோடு R.V.புரம் - 9443450111
சிதம்பரம்: 22A / 18B தேரடி கடைத் தெரு,
கீழவீதி அருகில் - 9994399347
கரூர்: நாரத கானசபா அருகில் (TNGEA OFFICE)- 9442706676

ரூ.00/-
அச்சு : பிரிண்டெக், சென்னை - 600 005.

முன்னுரையாக.....

நூற்றாண்டு காணும் புதுமைப்பித்தன் இன்றும் தன் புதுமையும் பித்தமும் குறையாவண்ணம் தமிழ் வாசக மனதில் அதிர்வலைகளை ஏற்படுத்தியவண்ணம் இருக்கிறார். வங்கப் பிரிவினையைத் தொடர்ந்து இந்திய தேசமெங்கும் முதல் தேசியப் பேரலை வீசியடித்த நாட்களில் தூத்துக்குடியில் வ.உ.சி. சுதேசிக்கப்பலை மிதக்கவிட்ட 1906இல் புதுமைப்பித்தன் பிறந்தார். அவர் தீவிரமாக எழுதிய காலமென 1934 முதல் 1948 வரையிலான 14 ஆண்டுகளைச் சொல்லுவார்கள். உப்புச்சத்தியாக் கிரகமும், பகத்சிங் தூக்கும், மீரட் சதி வழக்கும் வெள்ளையனே வெளியேறு இயக்கமும் என இந்தியா கொந்தளித்துக் கொண்டிருந்த ஒரு காலப்பகுதி அது. உலகத்திலும் முதலாளித்துவ நெருக்கடி (Great Depression) முற்றி சந்தைகளின் மறுபங்கீட்டுக்கான உலகப்போர் வெடித்த காலம் முதலாளித்துவ வளர்ச்சியின் அடையாளமாக பெருநகரங்கள் உருவாகி வளர்ந்து கொண்டிருந்தன. சுய தேவைப் பூர்த்திக் கிராமங்களாக இருந்த இந்திய கிராமங்களின் பொருளாதாரக் கட்டுக் குலைந்து மக்கள் பிழைப்புத் தேடிப் பெருநகரங்களுக்குச் செல்லத்துவங்கிய காலம். நகரத்து ஆலைத் தொழிலாளிகளாக கிராமத்து மனிதர்கள் மாறிவிட்ட கோலம். மெக்காலே கல்வித்திட்டம் தயாரித்து அனுப்பிய புதிய மத்திய தர வர்க்கம் நகரத்துத் தெருக்களில் அலையத்துவங்கிய ஆண்டுகள். உன்னைப் படிக்க வச்சாச்சு. பெத்த கடமைக்கு கல்யாணமும் பண்ணி வச்சாச்சு. இன்னும் இந்த வீட்டிலே சும்மா உக்காந்து சாப்பிட்டுக்கிட்டிருந்தா எப்படி என்று அப்பா துரத்த மனைவியோடு திருநெல்வேலியைக் காலி செய்து சென்னப்பட்டணம் குடியேறிய வாழ்க்கை அவருக்கு விதிக்கப்பட்டதாக இருந்தது. எழுத்தைத் தன் ஜீவனோபாயத்துக்கான வழியாகக் கொண்ட புதுமைப்பித்தனுக்கு ஆற அமர உட்கார்ந்து கதை எழுத ஒருபோதும் அனுமதி கிடைத்ததில்லை. அவதி அவதியாக எழுதிய இந்த நூறு கதைகளுக்கூடாக நமக்குக் காணக்கிடைக்கும் படைப்புமனம் நுட்பமும் கூர்மையும் சமகாலப் பிரக்ஞையும் கொண்டது.

எனது கதைகளின் சாராம்சம் அவநம்பிக்கை என்று அவரே சொல்லியிருந்தாலும் அவரது கதைகளைப் படிக்கும் ஒவ்வொரு வாசகனும் வாழ்வின் மீது தீராக்காதல் கொள்ளும் மனநிலைக்கே

வந்தடைகிறான். இன்றுவரை தமிழில் வந்துள்ள காதல் கதைகளிலெல்லாம் ஆகச்சிறந்த காதல் கதையான 'செல்லம்மாள்' கதையைப் படிக்கும் ஒவ்வொரு முறையும் நாம் கண்கலங்கியோ கதறி அழுதோ வெடித்துப் பெருமூச்சு விட்டோ கனத்த மௌனத்தில் புதைந்தோதான் போகிறோம். என்றாலும் சற்று நேரத்தில் அது நம் மனங்களில் பரிவையும் காதலையும் அன்பையும் புது வேகத்துடன் துளிர்க்கச் செய்வதை கண்டுகொண்டே இருக்கிறோம். புதுமைப்பித்தன் இப்படி நம் மனங்களில் நிகழ்த்தும் மாயம் தொடர்ந்து நம்மை வியப்புக்குள்ளாக்குவதாயிருக்கிறது. நகரத்து ஜவுளிக்கடைகளில் கணக்கெழுதப்போன மனிதரோடு வாழப்போன பெண்ணின் தனிமையும் சொந்தங்களிடமிருந்து அறுபட்ட பெருநகரத்து வாழ்வின் வெறுமையும் தாயின் அருகாமைக்கான ஏக்கமும் என அக்கால மனநிலை பதிவான கதை இது.

இத்தொகுப்பில் இப்படியாக 30-40 களின் காலம் துலாம் பரமாகப் பதிவாகியுள்ள 17 கதைகள் தொகுக்கப்பட்டுள்ளன. நூற்றாண்டு காணும் புதுமைப்பித்தனைக் கொண்டாடும் ஒரு வடிவமாக இதை வாசகர்கள் ஏற்றுக்கொள்ள வேண்டுமாய் கேட்டுக்கொள்கிறோம். அப்படியானால் இப்பதினேழு தவிர்த்த பிற கதைகளில் காலத்தின் ரேகை பதியவில்லையா என்று கேட்கவேண்டாம். துன்பக்கேணியைவிட அன்றைய காலம் எதில் பதிவாகியிருக்கிறது? இந்த அளவில் ஒரு புத்தகம் என்கிற முன் முடிவோடு பரவலாக எடுத்துச்செல்லும் நோக்கோடு இக்கதைகள் தேர்வு செய்யப்பட்டுள்ளன என்பதை மட்டும் இங்கு பதிவு செய்கிறோம்.

சென்னைப் பெருநகரத்தை மனித விழுமியங்களின் மயானமாகச் சித்தரிக்கும் 'மகாமசானம்' கதை முதலாளித்துவத்தின் முகத்தில் செவிட்டோடு சேர்த்து அறையும் கதையாகும். நகரம் படு வேகமாக பரபரப்பாக இயங்கிக்கொண்டிருக்க பிளாட்பாரத்தில் ஒரு கிழவர் சாவகாசமாகச் செத்துக்கொண்டிருப்பதை ஒரு மௌனப்படம் போல நம்முன் விரிக்கும் இக்கதை உலகத்தின் எந்தப் பெருநகரத்துக்கும் எப்போதும் பொருந்தும் கதையாகும். 'காமனும் கவந்தனும்' கதை நகர வாழ்வின் இன்னொரு முகத்தைக் காட்டுகிறதெனில் 'பொன்னகரம்' கதை எல்லாம் விற்பனைக்கே என்றாகிவிட்ட முதலாளித்துவக் கலாச்சார மதிப்பையும் கணவருக்காகத் தன்னை விற்றுத்தீர வேண்டிய அம்மாளுவின் கற்பையும் ஒரு சேரப் பேசுகிறதெனலாம்.

அன்றைய நாட்களில் வந்த கதைகள் திரைப்படங்கள் எல்லாமே கற்பு பற்றியும் விதவைகள் மறுவாழ்வு பற்றியும் பால்ய விவாகம் பற்றியும் விடாது பேசியிருப்பதை நாம் காண முடியும். திராவிட இயக்கத்தார் அன்று பொதுவெளியில் பேசிய விஷயங்கள் இவை. புதுமைப்பித்தன் தன் பாணியில் இப்பிரச்சனை குறித்துப் பல கதைகளில் பேசியிருக்கிறார். அது அகலிகையானாலும் வாடாமல்லிகையானாலும் கலியாணியானாலும் பெண்ணின் உடற்தேவை மனத்தேவை குறித்து யதார்த்த நிலையில் நின்று பேசுகின்றன. ஓடிப்போகலாம் என்று கற்பனையான தீர்வை முன் வைக்கும் ஓவியனை மறுத்து இப்படியே ரகசியமாக இருந்துகொள்ளலாம் என்று வெகுயதார்த்தமான தீர்வை முன்வைக்கும் நாயகியை புதுமைப்பித்தன் படைத்துக்காட்டுகிறார்.

சாதியக்கிராமங்களாகவே இன்றும் தொடர்கின்ற நிலையின் குரூரத்தை 'நாசகாரக் கும்பல்' கிழித்துக்காட்டுகிறது எனலாம். மேல்சாதித் திமிரிலிருந்து விடுபட இஸ்லாத்தைத் தழுவும் ஒடுக்கப்பட்ட சாதியாரின் கதையை அன்றே புதுமைப்பித்தன் எழுதிவிட்டார் என்றுதான் சொல்லவேண்டும். 'புதியநந்தன்' கதை இப்பிரச்சனையின் இன்னொரு பரிமாணத்தைப் பேசுகிறது.

காந்தியாரின் சுதேசமும் சாதி ஆதிக்கத்தின் வெறியாட்டமும் முதலாளித்துவத்தின் ஆடம்பரமும் பளபளப்பும் எந்த விழுமியங்களுமற்ற வெற்றுத்தன்மையும் உழைப்பாளி மக்களைத் தம் உடம்பை விற்றுப் பிழைக்கச் செய்யும் சுதந்திரமும் இவை எதையுமே கண்டுகொள்ளாமல் நாசூக்காகக் கடந்துபோகும் மத்தியதர வர்க்க மனோபாவமும் என சமகாலம் புதுமைப்பித்தன் கதைகளை ஊடறுத்துப் பாய்ந்தபடி செல்கிறது.

அதன் அடையாளமாக மாதிரிக்குச் சில கதைகளை இங்கே தொகுத்துள்ளோம். புதுமைப்பித்தன் சமகாலச் சிந்தனை அற்றவர்; சாதியப் பிடிமானம் உள்ளவர்; முற்போக்காளர்கள் கொண்டாட வேண்டிய படைப்பாளி அல்லர் என்பது போன்ற வெற்றுவாதங்களை இக்கதைகள் நொருக்கித் தள்ளுவதை வாசகர்கள் தாமே தம் வாசிப்பின் ஊடாக அடையாளம் காணலாம். நூற்றாண்டு காணும் அப்படைப்பாளிக்கு பாரதி புத்தகாலயம் செலுத்தும் அஞ்சலியாகவும் இத்தொகுப்பை வாசகர்கள் ஏற்றுக்கொள்ள வேண்டுமாய் அன்போடு கேட்டுக்கொள்கிறோம்.

- ச. தமிழ்ச்செல்வன்

உள்ளே...

பொன்னகரம்

பொன்னகரத்தைப் பற்றிக் கேட்டிருக்கிறீர்களா? நமது பௌராணிகர்களின் கனவைப்போல் அங்கு ஒன்றுமில்லை. பூர்வ புண்ணியம் என்று சொல்லுகிறார்களே, அந்தத் தத்துவத்தைக் கொண்டு, நியாயம் என்று சமாதானப்பட வேண்டிய விதிதான். ஒருசில 'மகராஜர்களுக்காக' இம்மையின் பயனைத் தேடிக்கொடுக்கக் கடமைப்பட்டு வசிக்கும் மனிதத் தேனீக்களுக்கு உண்மையில் ஒரு பொன் நகரந்தான் அது.

ரயில்வே தண்டவாளத்தின் பக்கமாக, சாராய டிப்போவுக்குப் போகிறதே ஒரு சந்து, அதுதான் அங்கு மெயின் ரஸ்தா. கைகோர்த்த நான்கு பேர் வரிசை தாராளமாகப் போகலாம், எதிரே வண்டிகள் வராவிட்டால். இதற்குக் கிளையாக உள் வளைவுகள் உண்டு, முயல் வளைகள் போல்.

இந்தத் திவ்வியப் பிரதேசத்தைத் தரிசிக்க வேண்டுமானால்... சிறு தூறலாக மழை சிணுசிணுத்துக்கொண்டிருக்கும் பொழுது சென்றால்தான் கண்கொள்ளாக் காட்சியாக இருக்கும். வழி நெடுகச் சேற்றுக் குழம்புகள். சாலையோரமாக 'முனிசிபல் கங்கை' -அல்ல, யமுனைதானே கறுப்பாக இருக்கும்? அதுதான். பிறகு ஓர் இரும்பு வேலி. அதற்குச் சற்று உயரத் தள்ளி அந்த ரயில்வே தண்டவாளம்.

மறுபக்கம், வரிசையாக மனிதக்கூடுகள்-ஆமாம். வசிப்பதற்குத்தான்! தண்ணீர்க் குழாய்கள்? இருக்கின்றன. மின்சார விளக்கு? ஞாபகமில்லை - சாதாரண எண்ணெய் விளக்கு, அதாவது சந்திரன் இல்லாத காலங்களில் (கிருஷ்ணபட்சத்தில்) ஏற்றிவைத்தால் போதாதா?

பொன்னகரத்துக் குழந்தைகளுக்கு 'மீன்பிடித்து' விளையாடுவதில் வெகு பிரியம். அந்த முனிசிபல் தீர்த்தத்தில், மீன் ஏது? எங்கிருந்த பணக்கார வீடுகளிலிருந்தோ, சில சமயம் அழுகிய பழம், ஊசிய வடை, இத்யாதி உருண்டு வரும். அது அந்த ஊர்க் குழந்தைகளின் ரகசியம்.

ரயில்வே தண்டவாளத்தின் பக்கத்தில் விளையாடுவதில் என்ன ஆனந்தமோ? வேலி இருக்கத்தான் செய்கிறது. போகக்கூடாது என்ற சட்டம் குழந்தைகளுக்குத் தெரியுமா? 'போனால்'

பெற்றோருக்குத்தான் கொஞ்சம் பாரம் ஒழிந்ததே! குழந்தைகள்தான் என்ன, 'கிளாக்ஸோ' 'மெல்லின்ஸ் பூட்' குழந்தைகளா, கம்பி இடையில் போக முடியாமலிருக்க? புகைந்தோடும் அந்த இரும்பு நாகரிகத்திற்கு வரிசையாக நின்று 'குட்மார்னிங், சார்!' என்று கத்துவதில் ரொம்ப ஆனந்தம் அவர்களுக்கு. அதுதான் அவர்களுக்குக் கிடைக்கும் ஆரம்ப ஆங்கிலக் கல்வி.

ஐந்து மணிக்கு அப்புறந்தான் ஊர் கலகலவென்று உயிர் பெற்று இருக்கும். அப்பொழுதிலிருந்துதான் அவ்வூர்ப் பெண்கள் தங்கள் வேலையைச் செய்வார்கள். சாராய வண்டிகள், தண்ணீர் எடுக்க வரும் பெண்கள்! அங்கு தண்ணீர் எடுப்பது என்றால் ஒரு பாரதப்போர்.

இள வயதில் நரைத்தது போல் பஞ்சு படிந்த தலை, மாசடைந்த கண்கள் - விடிய விடிய மின்சார 'ஸ்பின்டிலைப்' (கதிர்) பார்த்துக்கொண்டு இருந்தால், பிறகு கண் என்னமாக இருக்கும்? கண்கள்தாம் என்ன இரும்பா? உழைப்பின் ஆரோக்கியத்தால் ஏற்பட்ட கட்டமைந்த அழகு. ஆரோக்கியமா? அது எங்கிருந்து வந்தது? பாக்டீரியா, விஷக்கிருமிகள், காலரா இத்யாதி அங்கிருந்துதானே உற்பத்தி செய்யப்படுகின்றன! எப்படியாவது உயிர் வாழ வேண்டும் என்று ஆசையிருந்தால் எல்லாம் நடக்கும். பழைய கற்காலத்து மனிதன், புலி சிங்கங்களுடன் குகையில் வாழ்ந்து வந்தான்; அவைகளும் அவனைக் கொன்றன; அவனும் அவைகளைக் கொன்றான். அதற்காக வலிமையற்று, வம்சத்தை விருத்தி செய்யாமல் செத்தொழிந்தா போனான்? வாழ்க்கையே ஒரு பெரிய வேட்டை, அதற்கென்ன?

கழுத்தில் ஒரு கறுப்புக் கயிறு - வாழ்க்கைத் தொழுவின் அறிகுறி. அதைப்பற்றி அங்கு அதிகக் கவலையில்லை. அது வேறு உலகம், ஐயா, அதன் தர்மங்களும் வேறு.

அம்மாளு ஒரு மில் கூலி. வயது இருபது அல்லது இருபத்திரண்டிற்கு மேல் போகாது. புருஷன் 'ஜட்கா' வைத்திருக்கிறான்; சொந்த வண்டிதான். அம்மாளு, முருகேசன் (அவள் புருஷன்), அவன் தாயார், தம்பி, முருகேசன் குதிரை - ஆக நபர் ஐந்து சேர்ந்து அவர்கள் குடும்பம். இருவருடைய வரும்படியில்தான், இவர்கள் சாப்பாடு - (குதிரை உள்பட), வீட்டு வாடகை, போலீஸ் 'மாமூல்', முருகேசன் தம்பி திருட்டுத்தனமாகக் கஞ்சா அடிக்கக் காசு - எல்லாம், இதற்குள்தான். எல்லோரும் ஏகதேசக் குடியர்கள்தான். 'டல் ஸீஸனில் பசியை மறக்க வேறு

வழி? பசி, ஐயா, பசி! ‘பத்தும் பசி வந்திடப் பறந்துபோம்’ என்று வெகு ஒய்யாரமாக, உடம்பில் பிடிக்காமல் பாடுகிறீரே, அங்கு நீர் ஒருநாள் இருந்தால் உமக்கு அடிவயிற்றிலிருந்து வரும் அதன் அர்த்தம்!

அன்றைக்கு முருகேசனுக்குக் குஷி. அவனும், அவன் குதிரையும் ‘தண்ணி போட்டு’ விட்டு ரேஸ் விட்டார்கள். வண்டி ‘டோக்கர்’ அடித்தது. ஏர்க்கால் ஒடிந்தது. குதிரைக்குப் பலமான காயம். முருகேசனுக்கு ஊமையடி. வீட்டில் கொண்டு வந்து போடும் பொழுது பேச்சு மூச்சில்லை. நல்ல காலம் குடித்திருந்தான்; இந்த மாதிரி வலி தெரியாமலாவது கிடக்க. வீக்கத்திற்கு என்னத்தையோ அரைத்துப் பூசினாள் அம்மாளு. அப்பொழுதுதான் சற்றுப் பேசினான். அவனுக்குப் பால் கஞ்சி வேண்டுமாம்! அம்மாளுவுக்குக் கூலி போட இன்னும் இரண்டு நாள் இருக்கிறது. வீட்டில் காசேது?

அம்மாளு தண்ணீர் எடுக்க வருகிறாள்.

‘கும்’மிருட்டு. பஞ்சாங்கத்தின்படி இன்றைக்குச் சந்திரன் வர வேண்டும். ஆனால், அது மேகத்தில் மறைந்துகொண்டால் முனிசிபாலிடி என்ன செய்ய முடியும்?

எப்பொழுதும் போல் இரைச்சல்தான். ஒருவாறு தண்ணீர் பிடித்தாய்விட்டது. திரும்பி வருகிறாள்.

சந்தின் பக்கத்தில் ஒருவன் - அம்மாளுவின் மேல் ரொம்ப நாளாகக் ‘கண்’ வைத்திருந்தவன்.

இருவரும் இருளில் மறைகிறார்கள். அம்மாளு முக்கால் ரூபாய் சம்பாதித்துவிட்டாள். ஆம், புருஷனுக்குப் பால் கஞ்சி வார்க்கத்தான்!

என்னமோ கற்பு, கற்பு என்று கதைக்கிறீர்களே! இதுதான், ஐயா, பொன்னகரம்!

■

நிகும்பலை

விடிந்து வெகு நேரமாகிவிட்டது. அந்த அறையில் மட்டும் சூரியனது திருஷ்டி செல்லவில்லை.

எதிரிலிருந்த மங்கிப் புகையடைந்த மண் எண்ணெய் விளக்கருகில் ஓர் மாணவன் கையிலிருந்த புத்தகத்தில் ஏகாக்கிரசிந்தையாக இருந்தான்.

அன்று இரவு அவனுக்குச் சிவராத்திரி; பரீட்சை நெருங்கினால் பின் மாணவர்களுக்குச் சிவராத்திரி ஏன் வராது?

வெளியே தடதடவென்று கதவைத் தட்டும் சப்தம் அவனது யோகத்தைக் கலைத்தது.

"மிஸ்டர் ராமசாமி! மிஸ்டர் ராமசாமி!" என்று அவன் நண்பனின் குரல்.

கதவைத் திறக்கிறான்.

"என்னவே நீரெல்லாம் இப்படி 'ஸ்டடி' செய்தால் பரீட்சை தாங்குமா? 'கிளாஸ்'தான்!" என்று வந்தவன் சிரித்துக்கொண்டே உள்ளே வந்தான்.

"ஏது, ரொம்ப நேரமாகிவிட்டது போலிருக்கே? நீர் உள்ளேயிரும்; நிமிஷத்தில் ஜோலியை முடித்துவிட்டு வந்துவிடுகிறேன்; 'இண்டியன் ஹிஸ்டரி'யை முடித்துவிடலாம். 'எ மினிட்' என்று சொல்லிக்கொண்டே" உள்ளே ஓடினான்.

"உம்ம படிப்புக்கு நான் எங்கே?" என்றார் வந்தவர்.

இருவரும் பி.ஏ.பரீட்சைக்குப் பணம் கட்டியிருக்கிறார்கள். உள்ளே தங்கியவர் பெயர் நடேசன். இல்லை, மிஸ்டர் நடேசன்.

"என்னவே அதுக்குள்ளையா குளித்துச் சாப்பிட்டு விட்டீர்?"

"ஆமாம், ஆமாம்!" என்று ஈரம் சொட்டிக் கொண்டிருந்த தலையைத் துடைத்துக்கொண்டே வின்செண்ட் ஸ்மித் என்பார் எழுதிய இந்திய சரித்திரத்தை எடுத்துப் புரட்டினான்.

'அடிமை அரசர்களினால் உண்டான நன்மைகள்' என்ற பகுதியைத்

திருப்பி வைத்துக்கொண்டு நாலாயிரப் பிரபந்தத்திற்காகத் தொன்று தொட்டு ஏற்பட்ட ராகத்தில் வாசிக்க ஆரம்பித்தான்.

மிஸ்டர் நடேசனும் தனது மூளைக்குப் பக்கபலமாக ஒரு சிகரெட்டை எடுத்துப் பற்ற வைத்துக்கொண்டு இருந்தவர், இரண்டு மூன்று நிமிஷம் கழித்து, "இதெல்லாம் 'எக்ஸாமினேஷனு'க்கு வராதுவே; வந்தாலும் ஜமாய்த்து விடலாம். நம்ப புரொபஸர் கொடுத்த நோட்ஸை எடுத்து நல்ல டாப்பிக்கலா இரண்டு 'சப்ஜெக்ட்ஸ்' வாசியும்!" என்றார்.

இருவரும் ஐந்து நிமிஷமாகத் தேடினார்கள். அட்டைகள் இரண்டும் அந்தர்த்யானமாகி, பக்கங்கள் ஒன்றோடொன்று ஒத்துழையாமை செய்து கொண்டிருந்த ஒரு காகிதக் குப்பையை எடுத்தார்கள். அதை நோட்டு புஸ்தகம் என்பது உயர்வு நவிற்சி. எழுத்துகள் பிரம்ம லிபி; ஆதியும் அந்தமும் இல்லாத சிவனார் போல் விளங்கியது.

இவ்வளவு அனந்த கல்யாண குணங்களும் நிறைந்த அந்த 'நோட்டு புஸ்தகத்தை' பலவிதமாகப் புரட்டி, ஒரு மாதிரி திருப்தியடைந்தவன் போல் 'பர்மிய யுத்தங்களின் சுருக்கம்' என்ற பகுதியைப் படிக்க ஆரம்பித்தான்.

"என்ன மிஸ்டர் இதைப் படிக்கிறீர்? போன ஸெப்டம்பருக்கு கேட்டாச்சே. மேலும், இந்த 'லெவன்த் அவரில் தரோ ஸ்டடி' முடியுமா? 'வார்ஸ்' வந்த காரணங்களைப் படியும். ஈவண்ட்ஸ் விட்டுவிடும்; 'எப்பெக்ட்ஸ்' படியும். 'பிரிப்பேர்' பண்ணவே தெரியலையே" என்று கடிந்து, சுருக்க வழி சொல்லித் தந்த மிஸ்டர் நடேசன் அதற்குள் அணைந்து போன சிகரெட்டைப் பற்ற வைத்துக் கும்பரேசக பூர்வமாக பிரம்ம பத்திரத்தின் சூக்ஷ்ம சக்தியை வெகு சுவாரஸ்யமாக ஆகர்ஷித்துக்கொண்டு இருந்தார்.

பரீட்சைப் பாராயணம் நடந்தது.

"என்ன மிஸ்டர் மணி 'ஒன்' ஆகிவிட்டது போலிருக்கே! மத்தியானம் வந்து முடித்துவிடுவோமே!" என்றார் மிஸ்டர் நடேசன்.

"சரி."

••

மத்தியானம்.

அகோரமான வெயில்.

"இந்த 'ஹாட்ஸன்'லே வந்தது ரொம்ப டயர்டாக இருக்கு!" என்று சொல்லிக்கொண்டு உள்ளே நுழைந்த நடேசன், ஒரு பாயை விரித்துக் கொண்டு சாய்ந்தான்.

"எனக்கும் 'டயர்டா'த்தான் இருக்கிறது. ஆனால் முடியுமா? சாயங்காலத்திற்குள்ளாவது 'இண்டியன் ஹிஸ்டரி'யை முடித்துக் கொண்டு 'பாலிட்டிக்ஸ்' ஆரம்பித்து விடலாம்!" என்றார் மிஸ்டர் ராமசாமி.

"ஸ் இந்த 'ஹெவி ஸன்' லே 'சப்ஜெக்ட்' ஸா? ஏதாவது லைட்டா 'நான் டெயிலை' எடுத்துப் படி."

ஒரு மேல் நாட்டு நாவலாசிரியர் எழுதிய நாவல் ஒன்றை எடுத்து முதலிலிருந்து ஆரம்பித்தான்.

"என்ன மிஸ்டர் உமக்குச் சொன்னாலும் தெரியவில்லையே. சட்டர்ஜி 'நோட்ஸ்' எடுத்துப் படியும். இதில் மூன்று 'டாபிக்ஸ்'. அதை அவன் நல்லா டீல் பண்ணியிருக்கிறான்."

படிக்க ஆரம்பித்தான். கொஞ்ச நேரத்தில் மிஸ்டர் நடேசன் பரீட்சையை மறந்தார். மிஸ்டர் ராமசாமி கையிலிருந்த புஸ்தகத்தையே மறந்தார். இருவரும் சுவாரஸ்யமாகக் குறட்டை விட்டார்கள்.

" 'ஹால் டிக்கட்ஸ்' வந்துவிட்டதாம்!" என்று இரைந்து கொண்டே உள்ளே வந்தார் ஒரு மாணவர்.

"என்ன தூக்கம்? 'ஹால் டிக்கட்ஸ்' வந்துவிட்டதாம் ஸார்" என்று மறுபடியும் சொல்லி எழுப்பினான் வந்தவன்.

"எப்போ? எப்போ?" என்று எழுந்திருந்தார்கள் இருவரும்.

"மார்னிங்தான் வந்ததாம்; போய் வாங்கிக்கொண்டு வந்துவிடுவோமே" என்றார் வந்தவர்.

"புறப்படுவோம், 'எ மினிட்...' " என்று சொல்லிக்கொண்டு இருவரும் மேல்சட்டையைப் போட்டுக்கொண்டார்கள்.

"என்ன மிஸ்டர் சண்முகம்? 'சப்ஜெக்ட்' எல்லாம் முடிச்சாச்சா?" என்று கேட்டான் ராமசாமி.

"என்ன பிரதர், 'சப்ஜெக்ட்ஸ்' எல்லாம் அப்படியே இருக்கு; இங்கிலீஷைத் தொடவே இல்லை. நீங்கள் எதுவரைக்கும் முடித்திருக்கிறீர்கள்?" என்றார் சண்முகம்.

"என்ன 'பிரதர்?' அன்னிக்கே நீங்க 'ஹிஸ்டரி'யை எல்லாம் முடித்தாய் விட்டது என்றீர்களே!" என்று சிரித்தான் நடேசன்.

"ஒரு தடவை 'டச்' பண்ணா போதுமா? 'ஸ்டடி' பண்ண வேண்டாமா?" என்றார் சண்முகம்.

"எங்களுக்கு ஒரு தடவை 'ரிவைஸ்' பண்ணவே 'டயம்' இல்லையே. பிரதர்! கொஞ்சம் ஓங்க 'எக்கனாமிக்ஸ்' நோட்டைக் கொடுங்கள். 'மார்னிங்' தந்துவிடுகிறேன்" என்றான் ராமசாமி.

"இல்லை 'பிரதர்'; அதைத்தான் இப்போ நான் 'ஸ்டடி' பண்றேன். நாளைக்குக் கொண்டு வாரேனே!"

"ஏன் பிரதர், நீங்களும் நம்ப ரூமிற்கு வந்தால் ராத்திரியிலேயே எல்லோரும் 'ஸ்டடி' செய்துவிடலாமே, எப்படி?" என்றான் நடேசன்.

"சரி."

"இப்படி ஹோட்டலுக்குப் போவோம். 'டய'மாகிவிட்டது!" என்றான் ராமசாமி.

மூவரும் கலாசாலையை நெருங்கினார்கள். அப்பொழுதுதான் கலாசாலை ரைட்டர் தனது அறையைச் சாத்திப் பூட்ட எத்தனித்தார்.

"பிரதர், கொஞ்சம் தயவு செய்யணும்!" என்று சண்முகம் ஓடிப் போய்க் கையைப் பிடித்தான்.

"ஏன் சார், 'ஆபீஸ் அவர்' ஸில் வரக்கூடாது? எனக்குக் கொஞ்சம் 'பிஸினெஸ்' இருக்கிறது, சார்" என்று பிரமாதப்படுத்திக் கொண்டார் ரைட்டர் அனந்தராம அய்யர்.

சண்முகத்தின் கையிலிருந்து ஏதோ ஒரு சிறிய விஷயம், ரைட்டர் பையில் 'கிளிங்' என்ற சப்தத்துடன் விழுந்தது. வேதாரண்யத்திலே கதவைத் திறக்கச் செய்யும்படி பாடினார்களாமே, அந்தப் பாட்டைவிடப் பன்மடங்கு சக்தி வாய்ந்தது! உடனே ரைட்டர் முகம் மலர்ந்து உபசரிக்க வேண்டுமென்றால் பார்த்துக் கொள்ளுங்களேன்!

மூவரும் தங்கள் ஹால்டிக்கட்டுகளை வாங்கிக்கொண்டு வந்தனர்.

எதிரே இவர்களுடைய சரித்திர ஆசிரியர் வந்தார். இவர் மூளையில் இல்லாதது சரித்திரம் சம்பந்தப்பட்ட மட்டில் பரீட்சைக்கு அவசியமில்லாதது என்று சொல்லிவிடலாம். அட்சரம் பிசகாமல் அவர் படித்த புத்தகங்களின் கதம்பமாக இருக்கும் அவர் பிரசங்கங்கள். சரித்திரங்களை யூனிவர்சிட்டி கேள்விகளின் விடைகளாக மாற்றிக் கற்றுக்கொடுப்பதில் நிபுணர்; பரீட்சையில் மாணவர்கள் தோற்காதபடி பார்த்துக் கொள்வதிலும் நிபுணர்.

இவர்களைக் கண்டதும், "என்னடே! 'ஸப்ஜெக்ட்ஸ்' எல்லாம் ஆகிவிட்டதா? 'இண்டியன் ஹிஸ்டரி' முடித்துவிட்டீர்களா?" என்று கேட்டார்.

“ஆம் சார்” என்றான் நடேசன்.

“இந்த மார்ச்சில், டல்ஹௌஸியில் ஒரு கேள்வி வருமப்பா. படித்தாகிவிட்டதா?” என்றார்.

“பாலிஸி ஆப் ‘லாப்ஸ்’ தான் சார் அதில் முக்கியம்!” என்றான் நடேசன்.

“அதைச் சொல்லு பார்ப்போம்” என்றார் புரொபஸர்.

நடேசன் தனது சொந்த இங்கிலீஷில் சொல்லிக்கொண்டு வந்தான்.

புரொபஸர் இடைமறித்து, “இப்படி எழுதினால் உனக்குச் சுன்னம்தான். நீ என் நோட்ஸைப் படித்தையா?” என்று கேட்டுவிட்டு, “ராமசாமி, நீ சொல்லு பார்ப்போம்” என்றார்.

ராமசாமி பிளேட் வைத்தான். இடையில் ஒரு வார்த்தை திக்கிற்று; புரொபஸர் அதைத் தொடர்ந்தே பாராயணம் பண்ணி முடித்தார். “கேர்புல்லாகப் படியுங்க. இன்னும் ஒரு வாரந்தான் இருக்கிறது” என்று புரொபஸர் விடைபெற்றுக் கொண்டார்.

“ராமசாமிக்குக் ‘கிளாஸ்’ தான்!” என்று சிரித்தான் நடேசன்.

“இதைத் தவிர தெரியாதே. நீயாவது சொந்தமா எதும் அடிச்சு விடுவாய்” என்றான் ராமசாமி.

“மிஸ்டர், ஒங்க நம்பர் என்ன?” என்றான் நடேசன்.

“உம்முடையதைச் சொல்லுமேன் என்றார்” சண்முகம்.

“நமக்கு கோளாத்தான்” என்றான் நடேசன்.

“அதென்ன ஜோஸியம்?” என்றான் ராமசாமி.

“நம்பரில் உள்ள எண்களைக் கூட்டினால் ஒற்றை நம்பராக 1, 3, 5 உள்ளதாக வந்தால் பாஸ். இல்லாவிட்டால் கோளா!”

“என்னுடையது 8700” என்றான் ராமசாமி.

“கொளுத்திவிட்டீர். ‘கிளாஸ்’ தான். அப்பவே சொன்னேனே!” என்றான் நடேசன்.

“என் நம்பர் 7743” என்றார் சண்முகம்.

“உமக்குப் பாஸ்தான், சந்தேகமா?”

“மிஸ்டர் நடேசன், உம்ம நம்பர் என்ன?”

“அப்பவே சொன்னேனே கோளா என்று.”

“சொல்லுமையா. எங்கே இங்கு கொடும்” என்று ஹால் டிக்கட்டைப் பிடுங்கிப் பார்த்தார்கள்.

நடேசன் நம்பர் 7744.

மூவரும் ஹோட்டலுக்குள் சென்றார்கள்.

2

ஒரு வாரம் கழித்து.

பரீட்சை தினம். பட்டம் பெறுவதற்கோ அல்லது திரும்பப் பணங்கட்டி அதிர்ஷ்ட தேவதையை வரிக்க முயலுவதற்கோ ஏற்பட்ட திருநாள். கிண்டிக்கும் சர்வகலாசாலைக்கும் ஒரே விதமான நியாயம், ஒரேவிதமான போட்டி. ஜயிக்கும் வரை அல்லது பணம் இருக்கும் வரை, வரையாது கொடுக்கும் வள்ளல்களாக இருக்கவேண்டும். அதுவும் தினம் சராசரி வருமானம் 0-1 - 3வாக இருக்கும் இந்தியப் பெற்றோரின் குழந்தைகள்.

நடேசன் கோஷ்டியார் வாசித்து வந்த கலாசாலையில் காலை எட்டு மணியிலிருந்தே ஆர்ப்பாட்டம். உண்மையில் கலாசாலை மைதானத்திலும் வராந்தாவிலுமே இந்த அமளி, இரைச்சல்.

உள்ளே பரீட்சைப் புலியைப் பத்து மணிக்கு மாணவர்களுக்காகத் திறந்து விடுவதற்காகவோ என்று எண்ணும்படி, கதவுகள் சிக்கென்று அடைக்கப்பட்டிருந்தன. கலாசாலை வேலைக்காரன் பொன்னுசாமி - வேலைக்காரன் என்றால் பொன்னுசாமிக்குக் கோபம் வந்துவிடும்! பியூன் என்று சொல்ல வேண்டும் - ரைட்டர் அய்யரைப் பின்பற்றி ஒரு பெரிய காகித மூட்டையை எடுத்துச் செல்லுகிறான். உள்ளே எட்டிப் பார்க்க ஆசைப்பட்டு இரண்டு மூன்று மாணவர்கள் தொடருகிறார்கள். அந்தச் சிதம்பர ரகஸியம் லேசாகக் கிடைத்து விடுமா? மூக்குத்தான் தட்டையாகிறது.

••

இன்றுதான் மாணவர்கள் வெகு கோலாகலமாக உடுத்தியிருக் கிறார்கள். அதில் இரண்டு மூன்று முழுத் துரைகளையும் (உடுப்பு வரைதான்) காணலாம். ஒவ்வொருவர் கையிலும் கத்தைப் புஸ்தகங்கள். இதில் சிலர், "எப்பொழுதும் போல் இருப்பேன் இன்றும் பராபரமே!" என்பவர் போல் கவலையற்ற உடையுடன் வந்திருக்கிறார்கள். இந்த ரகம் மாணவர்கள்தான் அதிகப்படி. சிலர் 'என்ன வரும்' என்ற தர்க்கம்; 'வந்தால் என்ன எழுதுவது' என்ற பிரசங்கம். சிலர் புரொபஸர்களை வளைத்துக்கொண்டு சந்தேகங்களை நிவர்த்தி செய்துகொண்டு இருக்கிறார்கள்.

ஒவ்வொருவர் கையிலும் ஒரு கைக்கெடியாரம். ஒரு மாணவன் பிக் - பென் (Big-Ben)னையே தூக்கிக்கொண்டு வந்துவிட்டான். ஒவ்வொருவர் வசத்திலும் குறைந்தது இரண்டு பௌண்டன்

பேனாக்கள்; சிலரிடம் ஒரு பெரிய ஸ்வான் இங்க்புட்டி. மாணவர்களிலும் சில அபூர்வ பிரகிருதிகள் உண்டு. அவர்கள், டார்வின் கூற்றுக்கு உதாரணமாக, மோட்டுக் கிளைகளில் உட்கார்ந்து புஸ்தகத்தை ஆழமதியுடனே படிப்பதைக் காணலாம்.

நடேசன் கோஷ்டியும் அதோ வருகிறார்கள்.

●●

கலாசாலை மணி.

பரீட்சை ஆரம்பமாகிவிட்டது!

சாயங்காலம் மணி ஐந்து; கலாசாலை மணியும், 'போர் முடிந்தது. இன்று போய் நாளை வா!' என்பது போல் தொனித்தது. ஒவ்வொரு ஹாலிலும், "ஸ்டாப் பிளீஸ்" என்று காவலிருந்த புரொபஸர்கள் கூவினார்கள். அதையும் கவனிக்காமல் மாணவர்கள் எழுதிக்கொண்டிருக்கிறார்கள். நான்கு வார்த்தை அதிகமாக எழுதிவிட்டால் பாஸாகிவிடும் என்ற நம்பிக்கை, ஒரு பையனைப் பண்டிதர் இழுப்பிற்கும் விடாமல் எழுதச் செய்கிறது.

சிலர் தங்கள் நம்பர்களைப் போட மறந்துவிட்டு வெளியேறி விடுவார்கள். ரைட்டர் அய்யா, பொன்னுசாமி முதலியோர் அவர்களைக் கண்டுபிடித்து நம்பரைப் போடச் செய்யுமுன் மூளை கலங்கிவிடும். இப்படி வெளியேறியவர் ஒருவர் இருவர் தாங்களே வந்து போட்டுவிட்டு, கலாசாலைத் தொழிலாளிகளின் வசைமொழி பெற்றுத் திரும்புவார்கள்.

நடேசன் கோஷ்டியும் வெளியே வந்தார்கள். ஆனால், உற்சாகமில்லை. ஒருவேளை களைப்பாகவும் இருக்கலாம். "எல்லாம் 'டவுட்புல்'லாக இருக்கிறது!" என்று பேசிக் கொண்டார்கள். அவர்களுக்குள் ஒரு கேள்விக்கு எப்படி விடை எழுதுவது என்ற தர்க்கம்.

இப்படித்தான் மற்ற நாட்களும்.

பரீட்சை ரிஸல்ட் வந்துவிட்டது. மூவரும் தேறிவிட்டார்கள்.

இப்பொழுது செர்விஸ் கமிஷன் பரீட்சை எழுதுவதாகத் தீர்மானம். அதிலும் தேறிவிடுவார்கள்.

■

கவந்தனும் காமனும்

ஒரு நகரத்திலே...

இரவு மணி எட்டு அல்லது ஒன்பது இருக்கலாம். நாகரிகத்தின் உச்சியைக் காணவேண்டும் என்றால், அந்த நகரத்தை, ஏன் - எந்தப் பட்டணத்தையும் இரவில்தான் பார்க்க வேண்டும்.

நீங்கள் இரவு எட்டு மணிக்கு மேல் சென்னை மாநகரில் சுற்றிப் பார்த்திருக்கிறீர்களா? சுற்றியிருந்தால் நான் கீழே சொல்லும் விஷயம் உங்களுக்குப் பிரமிப்பை உண்டாக்காது.

கண்ணைப் பறிக்கும் விளக்குகள், உள்ளத்தைப் பறிக்கும் நாகரிகம்!

மனிதனின் உயர்வையும், உடைவையும் ஒரே காட்சியில் காண்பிக்கும் நாகரிகச் சின்னங்கள்!

இது கலியுகமல்ல, விளம்பர யுகம் என்பதற்குப் பொருள் தெரிய வேண்டுமானால் இந்த நகரத்தின் இரவைக் காணவேண்டும். இந்தக் கூட்டங்கள்! - ஏன் இவ்வளவு அவசரம்? இதுதான் நாகரிகத்தின் அடிப்படையான தத்துவம் - போட்டி, வேகம்!

டிராம் வண்டிகளின் கணகண வென்ற ஓலம். ஒருவேளை இது நாகரிக யக்ஷனின் வெற்றிச் சிரிப்போ என்னவோ?

பெண்களின் பல் வரிசைக்கு முத்துக் கோத்தாற்போல் என்கிறார்கள். இந்த வரிசையான மின்சார விளக்குகளுக்கு உபமானமாகத் தேவலோகத்திலும் இவ்வளவு பெரிய முத்துக் கிடையாதே!

புதிதாக வந்தவன் மலைத்துப் போகலாம். உற்சாகப்பட முடியாது.

வெளிச்சம்! வெளிச்சம்! கண்ணைப் பறிக்கும் வெளிச்சம்!

இதுதான்... தெரு மூலை!

இதுதான் மனித நதியின் சுழிப்பு!

இதற்கு உபநதிகள் போல் பெரிய கட்டடங்களுக்கிடையே ஒண்டி ஒடுங்கிப்போகும் ரஸ்தாக்கள்.

இது வேறு உலகம்!

ஒற்றைப் பாதையில் பாதசாரிகள்; மங்கிய மின்சார விளக்குகள்!

இடையிடையே எங்கிருந்தோ வரும் எக்களிப்புச் சிரிப்பைப் போல டிராமின் கணகணப்பு.

மணி எட்டுத்தானே சொன்னேன்? கொஞ்ச நேரம் சென்றுவிட்டால் ஆட்கள் நடமாட்டமிருக்காது. ஆசாமிகள் வருவார்கள். வாடிக்கைக்குக் கிராக்கி உண்டு.

இந்தப் பக்கங்களுக்கு அதற்குமேல் வரவேண்டுமென்றால் ‘ஆசாமி’யாக இருக்க வேண்டும்; அல்லது குருடனாக இருக்கவேண்டும்; அல்லது கண்கள் எல்லாவற்றையும் பார்ப்பதற்குத்தான் என்ற இரும்புத் தத்துவம் கொண்ட மனிதனாக இருக்க வேண்டும்.

அதோ மூலையில் சுவரின் அருகில் பார்த்தீர்களா? சிருஷ்டித் தொழில் நடக்கிறது. மனிதர்களா, மிருகங்களா? நீங்கள் போட்டிருக்கிறீர்களே பாப்லின்ஷர்ட்டு, உங்கள் ஷெல் பிரேம் கண்ணாடி - எல்லாம் அவர்கள் வயிற்றில் இருக்க வேண்டியதைத் திருடியதுதான். ரொம்ப ஜம்பமாக, நாஸூக்காகக் கண்ணை மூட வேண்டாம். எல்லாம் அந்த வயிற்றுக்காகத்தான்.

வீட்டில் இவ்வளவு ‘சீப்’பாகக் காரியம் நடத்த முடியாது. ஆனால், உங்களிடம் தத்துவம் பேசிக்கொண்டிருக்க நேரமில்லை.

●●

தன்னினைவில்லாமலே ஒரு வாலிபன் தெரு வழியாக வருகிறான். களைப்பு, பசி இவை இரண்டுந்தான் அப்பொழுது அவனுக்குத் தெரியும். மனிதனை மிருகமாக்கும் இந்தத் தெரு வழியாகத்தான் அவன் ஆபீஸுக்குச் செல்வது வழக்கம். அந்தப் பெயரற்ற ஆபீஸ், அவனை முப்பது ரூபாய்களுக்குச் சக்கையாகப் பிழிந்தெடுத்த பிறகு, இந்த உணர்ச்சிதான் வருமாக்கும்! அதோ அந்தப் பெண்ணுடன் இருக்கும் ஒருவன் - இவனைவிட அதிகமாகக் கொழுத்த தீனியா தின்கிறான்? அவன் தன்னை மறக்க - யோகிகளைப் போல் அல்ல - குடிக்கிறான். இவனுக்கு அது தெரியாது.

ஒரு மூலை திரும்புகிறான்; சற்று ஒதுக்கமான மூலை.

அலங்கோலமான ஸ்திதியில் ஒரு பெண்! பதினாறு, பதினேழு வயது இருக்கும். காலணா அகல குங்குமப் பொட்டு, மல்லிகைப்பூ, இன்னும் விளம்பரத்திற்குரிய சரக்குகள்.

அவளை அவன் கவனிக்கவில்லை. “என்னாப்பா, சும்மாப் போறே? வாறியா?”

வாலிபன் திடுக்கிட்டு நிற்கிறான்.

“நீ என்னாப்பா, இதான் மொதல் தரமா? பயப்படுறியே?”

கையை எட்டிப் பிடித்தாள்.

“உன் பெயரென்ன?”

“ஏம் பேரு ஒனக்கு என்னாத்துக்கு?”

இவனுக்கு என்ன செய்வதென்று தெரியவில்லை. ஒரே ஒரு வழிதான் புலப்படுகிறது.

அதற்குள் அவள் சந்திற்குள் இழுக்கிறாள்.

வாலிபன் உடனே மடியிலிருந்த சில்லறைகளையெல்லாம் அவள் கையில் திணித்துவிட்டு, “போ! போ!” என்று அவளை நெட்டித் தள்ளிவிட்டு ஓடிவிடுகிறான்.

“ஏண்டா, பேடிப் பயலே! பிச்சைக்காரின்னா நெனச்சுகினே!” என்று சில்லறைகளை விட்டெறிகிறாள்.

அவன் அதற்குள் ஓடிப்போய்விட்டான்.

இந்த அசம்பாவிதமான செய்கையினால் அவள் மலைக்கிறாள். சற்றே பயம்.

“பேடிப் பயல்! பேமானி” என்று முணுமுணுத்துக்கொண்டே, இருட்டில் சில்லறையைத் தேடுகிறாள்.

ஆனால் அவனும் அன்று பட்டினி என்று இவளுக்குத் தெரியாது.

எக்காளச் சிரிப்பு மாதிரி எங்கோ ஒரு பக்கத்திலிருந்து டிராமின் கணகணப்பு!

■

புதிய நந்தன்

நந்தா சாம்பானை நந்த நாயனாராக்க, சிதம்பரத்தில் அக்கினிப்புடம் போட்ட பின்னர் வெகு காலம் சென்றது.

அந்தப் பெருமையிலேயே ஆதனூர் சந்தோஷ - அல்லது துக்க - சாகரத்தில் மூழ்கி அப்படியே மெய்மறந்தது.

இங்கிலீஷ் சாம்ராஜ்யம் வந்த சங்கதிகூடத் தெரியாது. அப்படிப்பட்ட நெடுந்தூக்கம்.

இப்பொழுது ஆதனூரிலே ரயில்வே ஸ்டேஷன், வெற்றிலை பாக்குக் கடை என்ற ஷாப்பு, காப்பி ஹோட்டல் என்ற இத்யாதி சின்னங்கள் வந்துவிட்டன. எப்படி வந்தன என்ற சமாசாரம் யாருக்கும் தெரியாது.

ஆனால், நந்தன் பறைச்சேரியில் விடைபெற்றுக்கொண்ட பிறகு பறைச்சேரிக்கு என்னமோ கதிமோட்சம் கிடையாது. பழைய பறைச்சேரிதான். பழைய கள்ளுக்கடைதான். ஆனால், இப்பொழுது பழைய வேதியரின் வழிவழிவந்த புதிய வேதியரின் ஆள் மூலம் குத்தகை. சேரிக்குப் புறம்பாக அல்லது தீண்டக்கூடாது என்ற கருத்துடனோ, மரியாதையான தூரத்திலே ஒரு முனிஸிபல் விளக்கு. அதை ஏற்றுவதைப்பற்றி ஒருவருக்கும் தெரியாது. சேரிப்பறையர்கள் ஆண்டையின் அடிமைகள், அத்துடன் அவர்களுக்குத் தெரியாத வெள்ளைத் துரைகளின் அடிமைகள்.

அந்தப் பழைய வேதியரின் வாழையடி வாழையாக வந்த (அவர்கள் குலமுறை கிளத்தும் படலம் எந்தப் புராணத்திலும் இல்லை) வேதியர் அக்கிரகாரத்தில் பெரிய பண்ணை. 1,000 வேலி நிலம் இத்யாதி வகையறா. இது மட்டுமல்ல. ஒரு பென்ஷன் பெற்ற ஸப்ரிஜிஸ்திரார் விஸ்வநாத ஸ்ரௌதி; இவருக்குப் பிரிட்டிஷ் சாம்ராஜ்யத்திலும், இறந்து போன ஸனாதன உண்மைகளிலும் அபார நம்பிக்கை. இதையறிந்து நடப்பவர்கள்தான் அவருடைய பக்தர்கள்.

அவருக்கு ஒரு பையன்; பெயர் ராமநாதன். எம்.ஏ. படித்துவிட்டு கலெக்டர் பரீக்ஷை கொடுக்கவிருந்தவன். ஏதோ பைத்தியக்காரத்தனத்தினால் - இது அவர்கள் வீட்டிலும் அக்கிரகாரத்திலும் உள்ள

கொள்கை - சத்தியாக்கிரகத்தில் ஈடுபட்டுவிட்டான். பையனுக்கு இதிலிருந்த பிரேமையை ஒரு நல்ல சம்பந்தத்தில் ஒழித்துவிடலாம் என்பது சிரௌபதியின் நம்பிக்கை. பிள்ளையின் பேரிலிருந்த அபார வாத்ஸல்யத்தின் பயன்.

2

சேரியிலே கருப்பன் ஒரு கிழட்டு நடைப்பிணம். 60 வயது. பெரிய நயினாரின் தோட்டக்காவல். இதில் ஒரு சுவாரஸ்யம். கருப்பன் சிறு பிராயத்தில் தெரியாத்தனத்தினாலோ, ஐயரவர்கள் இப்பொழுதும் சொல்லிக் கொண்டிருக்கிறபடி, 'பறக்கிறது'னாலோ, ஒருநாள் இரவு அக்ரஹாரத்தில் இருக்கும் தெப்பக்குளத்தில் இறங்கி ஒரு கை தண்ணீர் அள்ளிக் குடித்து விட்டான். கோயில் தெய்வத்தின் உலாவுப் பிரதிநிதியான சுப்பு சாஸ்திரிகள் கண்டுவிட்டார். அக்ரஹாரத்தில் ஏக அமளி. அப்பொழுது சிறுவனாகவிருந்த விஸ்வநாத சிரௌதி தன்னை மீறிய கோபத்தில் அடித்த அடி கருப்பனைக் குருடாக்கியது. விளையும் பயிர் முளையிலே தெரியாதா?

ஆனால், சிரௌதி இளகிய மனம் உடையவர். கருப்பனுடைய ஸ்திதிக்கு மிகவும் பரிதபித்து தோட்டத்தில் காவல் தொழிலைக் கொடுத்தார். கலியாணம் செய்துவைத்தார். தோட்டத்திலே குடிசை கட்டிக் கொடுத்தார். பிறகு தங்கக் கம்பியாகிவிட்டான் என்று எல்லோரிடத்திலும் சொல்லுவதில் வெகு பிரேமை.

3

அதெல்லாம் பழைய கதை.

கருப்பன் குருடனாகிவிட்டால் குழந்தைகள் பிறக்காதா? முதலில் ஒரு ஆண் குழந்தை. அவன் பெயர் பாவாடை. ஆண்டை 'சின்னசாமி'யும் ஏறக்குறைய இதே காலத்தில்தான் பிறந்தான். ராமநாதன் சில சமயங்களில் தோட்டக்காட்டிற்கு வரும்பொழுது பாவாடையுடன் கேணியில் முக்குளித்து விளையாடுவதிலும் மரக்குரங்கு விளையாடுவதிலும் பரம உத்ஸாகம்.

அதெல்லாம் பழைய கதை.

இரண்டு பேரும் வித்தியாசமான இரண்டு சமூகப் படிகளின் வழியாகச் சென்றார்கள். இரண்டு பேரும் ஒரே உண்மையை இரண்டு விதமாகக் கண்டார்கள்.

பரமண்டலங்களிலிருக்கும் பிதாவாகிய கர்த்தரின் நீதிகளை ஆதனூரில் பரப்பும்படி ரெவரெண்ட் ஜான் ஐயர் ஒரு தடவை ஆதனூர் சேரிக்கு வந்தார். பாவாடையின் புத்தி விசேஷத்தைக் கண்டு, அவனைத் தம் மதத்தில் சேர்க்க அனுமதித்துவிட்டால், பெரிய பண்ணை மாதிரி ஆக்கிவிடுவதாக ஆசை காட்டினார். கருப்பனுக்கு, தன் மகன், 'இங்குருசி' (English) படிக்க வேண்டுமென்று ஆசை. நீட்டுவானேன்? பாவாடை ஜான் ஐயருடன் சென்றான்.

ரெவரெண்ட் ஜான் ஐயர் வேளாளக் கிருஸ்தவர். முதலில் போர்டிங்கில் போட்டுப் படிக்க வைத்தார். பையன் புத்தி விசேஷம், மிகுந்த பெயருடன் 10 கிளாஸ் படிக்கும் வரை பிரகாசித்தது. இன்னும் பிரகாசிக்கும். பரமண்டலங்களிலிருக்கும் கர்த்தரின் விதி வேறு விதமாக இருந்தது.

ஜான் ஐயருக்கு ஒரு பெண் உண்டு. மேரி லில்லி என்ற பெயர். நல்ல அழகு.

அவளும் அந்த மிஷன் பள்ளிக்கூடத்தில் ஆண் பிள்ளைகளுடன் படித்தாள். எல்லாவற்றிலும் முதல் மார்க் எடுக்கும் பாவாடையிடம் (இப்பொழுது அவனுக்கு தானியேல் ஜான் என்ற பெயர்) சிறிது பிரியம், நட்பு, வரவரக் காதலாக மாறியது.

கிருஸ்தவ சமுதாயத்தில் இந்துக் கொடுமைகள் இல்லையென்று ஜான் ஐயர் போதித்ததை நம்பி, மனப்பால் குடித்த ஜான் தானியேல், ஒருநாள் ஐயரிடம் நேரிலேயே தன் கருத்தை வெளியிட்டான்.

ஜான் ஐயரவர்களுக்கு வந்துவிட்டது பெரிய கோபம். "பறக்கழுதை! வீட்டைவிட்டு வெளியே இறங்கு" என்று கழுத்தைப் பிடித்து நெட்டித் தள்ளினார்.

மனமுடைந்த தானியேலுக்குப் பாழ்வெளியாகத் தோன்றியது உலகம். இந்த மனநிலைக்கு மதம்தானே சாந்தி என்கிறார்கள். கிருஸ்துவனாக இருந்தபொழுது வேதப் புத்தகத்தை நன்றாகப் படித்திருந்தான். சுவாமியாராகப் போய்விட வேண்டுமென்று கத்தோலிக்க மதத்தைத் தழுவி, சுவாமியார் பரீட்சைக்குத் தேர்ந்தெடுக்கப்பட்ட நாவிஸ் பிரதராக (Novice Brother) Father ஞானப்பிரகாசம் மேற்பார்த்த மடத்தில் இரண்டு வருஷங்கள் கழித்தான். சுற்றி நடக்கும் அபத்தங்களும், சில சுவாமியார்களின் இயற்கைக்கு விரோதமான இச்சைகளும், மனதிற்குச் சற்றும் சாந்தி தராத இருப்புச் சட்டம் போன்ற கொள்கைகளும் அவன் மனத்தில் உலகக் கட்டுப்பாடே ஒரு பெரிய புரட்டு என்ற நம்பிக்கைகளைக் கிளப்பிவிட்டன.

அதனிடமும் விடைபெற்றுக்கொண்டு, திரு. ராமசாமிப் பெரியாரின் சுயமரியாதை இயக்கத்தில் ஈடுபட்டுவிட்டான். அதிலே அவன் ஒரு பெரும் தீவிரவாதி. இப்பொழுது தோழர் நரசிங்கம் என்ற பெயருடன், தனக்குத் தோன்றிய உண்மைகளை அதில் ஒரு பைத்தியம் பிடித்தது போல், பிரசாரம் செய்துகொண்டு வந்தான்.

ஒரு தடவை தகப்பனாரைக் காண ஆதனூருக்கு வந்தான். பழைய எண்ணங்கள் குவிந்திருக்கலாம். அதைப்பற்றி எனக்குத் தெரியாது. அவனுக்கு இரண்டு உண்மைகள் தெரிந்தன. தனக்கும் தனது குடும்பத்தினருக்கும் இடையே எண்ணங்களில், செய்கைகளில், ஏன் - எல்லாவற்றிலுமே ஒரு பெரிய பிளவு இருக்கிறது என்பது ஒன்று. இன்னும் ஒன்று, தான் சென்ற பிறகு, தனக்கு ஒரு அழகான - பறைச்சிகளுக்கும் அழகாயிருக்க உரிமையுண்டு - தங்கை, பதினாறு பிராயத்தாள் இருப்பதையறிந்ததுதான்.

ஆனால், இவர்களை மனிதரின் நிலைமைக்குக் கொண்டுவர எந்தப் பகீரதன் உண்டாகப் போகிறானோ என்ற மலைப்பு ஏற்பட்டுவிட்டது. தனது பிரசங்கங்கள் படித்தவர்களிடத்தில் செல்லும்; இந்த வாயில்லாப் பூச்சிகளிடத்தில்?

4

ராமநாதன் வீட்டில் செல்லப்பிள்ளை. இட்டது சட்டம். பக்கத்து ஜில்லாத் தலைநகரில் மெட்ரிக்குலேஷன் வரை படித்தான். அவனுடைய படிப்பு வேறு ஒரு தினுஸு; கெட்டிக்காரன்; பள்ளிக்கூடத்தில் மட்டுமல்ல. சிலரைப்போல் பள்ளிக்கூடத்தில் மூழ்கிவிடவில்லை. காலத்தின் சக்தி வசப்பட்டு அதன் நூதன உணர்ச்சிகளில் ஈடுபட்டு இன்பப்பட்டவன்.

சென்னைக்குச் சென்று மேல்படிப்புப் படித்தான்; எம்.ஏ. வரையில். அதற்குள் 1930 இயக்கம் வந்தது. தந்தை நினைத்த கலெக்டர் பதவியைவிட்டு, தடியடிபட்டு ஜெயிலுக்குச் சென்றான்.

ஜெயிலில் இருந்து வந்ததும் ஹரிஜன இயக்கத்தில் ஈடுபட்டான். தகப்பனாருக்கு வருத்தம்தான். ராமநாதனின் அசையாத மனத்தின் முன் சிறௌதியின் அன்புதான் நின்றது. கொள்கைகள் பறந்தன.

ஒரு தடவை ஆதனூருக்கு வந்திருந்தான். அப்பொழுது கருப்பனின் மகளுக்கு வயது வந்துவிட்டது. நல்ல இயற்கையின் பூரண கிருபை இருந்தது.

ஒருநாள் இரவு நல்ல நிலா. தோட்டத்திற்குச் சென்றான். இரவு கொஞ்ச நேரந்தான். அதுவும் ஆதனூரில் கேட்க வேண்டுமா?

தோட்டக் கிணற்றில் யாரோ குதிப்பது போல் சப்தம். ஓடிப் பார்க்கிறான்; ஒரு பெண் உள்ளே. அவனுக்கு ஒன்றும் தெரியவில்லை. உடனே அவனும் குதித்தான்.

"சாமி, கிட்ட வராதிங்க. பறச்சி, கருப்பன் மவ. சும்மானாச்சிங் குளிக்கறேன்" என்ற குரல்.

"சரி, சரி, நீ விழுந்துவிட்டாயாக்கும் என்று நினைத்தேன். ஏறி வா" என்று கரை ஏறினான்.

"இல்லை, சாமி" என்று தயங்கினாள். பிறகு என்ன? இயற்கை இருவரையும் வென்றது.

ராமநாதனுக்கு... பிறகு ஒரு மகத்தான பாபம் செய்துவிட்டோம் என்ற நினைப்பு. கருப்பன் மகளுக்கு, சின்னப் பண்ணையின் தயவு கிடைத்ததில் திருப்தி.

ராமநாதன் அவளைக் கலியாணம் செய்து கொள்வதாக வாக்களித்தான். "அதெப்படி முடியும் சாமி" என்று சிரித்தாள்.

கருப்பனிடம் போய் நடந்ததைச் சொல்லிப் பெண்ணைக் கொடுக்கும்படி கேட்டான். அவனுக்குப் புதிய கொள்கைகள் எப்படித் தெரியும்?

"அது நயிந்தோ மகாப் பாவம். கண்ணாணே அப்படிச் செய்யக்கூடாது."

ராமநாதனுக்கு இடி விழுந்தது போலாயிற்று.

5

மகாத்மாகாந்தி தென்னாட்டில் ஹரிஜன இயக்கத்திற்காகப் பிரசாரம் செய்ய வந்தார். ஆதனூரில் ஐந்து நிமிஷம் தங்குதல். எல்லாம் ராமநாதனின் ஏற்பாடு. சிரௌதிகள் அவருடன் வாதம் செய்ய புராண அத்தாட்சிகளுடன் தயார். இதில் சிரௌதிகளுக்கு இரட்டை வெற்றி என்ற நம்பிக்கை. ஒன்று, காந்தியின் கொள்கையைத் தகர்ப்பது; இரண்டாவது, காந்தியின் முன்பே தன் புத்திரனிடம் சனாதனத்தின் புனிதத்தைக் காண்பிப்பது.

தோழர் நரசிங்கம் காந்தியை எதிர்த்துக் கேள்விகள் கேட்க ஆதனூருக்கு வந்தான். தங்கையின் சமாசாரம் தெரிந்து விட்டது. தகப்பனாரிடம் கலியாணம் செய்து வைத்துவிட வேண்டுமென்றும், அதற்குப் பறையரின் சமுதாயத்தின் கட்டுப்பாட்டால் செய்ய முடியும் என்றும் தெரிவித்தான். தகப்பனாரின் முட்டாள்தனமான நம்பிக்கையைத் தகர்க்க முடியவில்லை. 'பாப்பானின் சாயத்தைத் துலக்கி விடுகிறேன்' என்று காத்திருந்தான்.

ரயில்வே ஸ்டேஷன் பக்கத்திலிருந்த மைதானத்தில் ஒரு மேடை; கியாஸ் லைட்; இத்தியாதி, இத்தியாதி. பெருங்கூட்டம். வெற்றிகொள்ள ஆசைப்படும் சனாதனமும் அதில் கலந்திருக்கிறது.

கருப்பன் கிழவன், 'மவாத்துமா' கிழவரைப் பார்க்க ஆசை. கண் ஏது? அதென்னமோ? குருடனுக்கு என்ன செய்ய முடியுமோ?

தட்டுத் தடுமாறிக்கொண்டு வந்தான். எங்கோ, தன் மகன் சப்தம் போல் கேட்கிறது. வந்துவிட்டாற்போல் இருக்கிறது என்று தடுமாறிக்கொண்டு ஓடினான்.

மாலைகள் வந்துவிட்டனவா என்று கவனித்து ஓடிக்கொண்டிருக்கும் ராமநாதன் சற்றுப்பின்னால் வந்தான். குறுக்குப் பாதை வழியாகத் தோழர் நரசிங்கம் எங்கிருந்தோ வந்து கொண்டிருந்தான்.

நெற்றிக் கண்ணைத் திறந்த சிவபிரான் போல் தலைப்பு வெளிச்சத்தைப் போட்டுக்கொண்டு கோஷித்துக்கொண்டு வருகிறது மதராஸ் மெயில். ஆதனூர் அதன் மரியாதைக்குக் குறைந்தது; நிற்காது; நாற்பது மைல் வேகம்.

என்ஜின் டிரைவர் விஸிலை ஊதுகிறான்; கோஷிக்கிறான். குருடன் கம்பி வழியாகவே நடக்கிறான். மனம் குழம்பிவிட்டதா?

தூரத்திலிருந்து இருவர் அவனைக் கண்டு விட்டார்கள். மகனும் மருமகனும்; இயற்கைச் சட்டத்தின்படி அப்படித்தான். சமுதாயம் என்ன வேண்டுமானாலும் சொல்லிக்கொள்ளட்டும்.

வேகமாக ஓடிவருகின்றனர்.

வெளிச்சம்; வெளிச்சம்.

மூவரும் சேரும் சமயம். இழுத்துவிடலாம்.

"ஐயோ!"

ஹதம். ரத்தக்களரி.

மூவரின் ரத்தங்கள் ஒன்றாய்க் கலந்தன. ஒன்றாய்த்தான் இருக்கின்றன.

இதில் யாரை நந்தன் என்பது?

புதிய ஒளியை இருவர் கண்டனர். இருவிதமாகக் கண்டனர்.

இறந்த பிறகாவது சாந்தியாகுமா?

சமுதாயத்திற்குப் பலிதான். அதை யார் நினைக்கிறார்கள்?

பத்திரிகையில் பெரிய நீண்ட செய்திகள்...

பிறகு ஆதனூரில்...?

■

இது மிஷின் யுகம்!

நான் அன்று ஒரு முழ நீளம் பெயர் கொண்ட - ஹோட்டல்காரர்களுக்கும் நாடகக்காரர்களுக்குந்தான் வாயில் நுழையாத பெயர் வைக்க நன்றாகத் தெரியுமே - ஹோட்டலுக்குச் சென்றேன்.

உள்ளே எப்பொழுதும் போல் அமளி; கிளாஸ், ப்ளேட் மோதும் சப்தங்கள். 'அதைக் கொண்டு வா, இதைக் கொண்டுவா!' என்ற அதிகாரங்கள்; இடையிலே உல்லாச சம்பாஷணை; சிரிப்பு.

போய் உட்கார்ந்தேன்.

"ஸார், என்ன வேண்டும்?"

"என்ன இருக்கிறது?" என்று ஏதோ யோசனையில் கேட்டு விட்டேன்.

அவ்வளவுதான். கடல் மடை திறந்தது போல் பக்ஷணப் பெயர்கள் செவித்தொளைகளைத் தகர்த்தன.

"சரி, சரி. ஒரு பிளேட் பூரி கிழங்கு" அது அவன் பட்டியலில் இல்லாதது. முகத்தில் ஏதாவது குறி தோன்ற வேண்டுமே? உள்ளே போகிறான்.

"ஒரு ஐஸ் வாட்டர்!"

"என்னாப்பா, எவ்வளவு நேரம் காத்திருக்கிறது?"

"என்ன கிஷ்ணா, அவர் எவ்வளவு நேரம் காத்திருக்கிறது?"

"இதோ வந்துவிட்டது, ஸார்!" என்று ஓர் அதிகாரக் குரல் கெஞ்சலில் முடிந்தது.

"காப்பி இரண்டு கப்!"

இவ்வளவுக்கும் இடையில் கிருஷ்ணன் ஒரு கையில் நான் கேட்டதும், மற்றதில் ஐஸ் வாட்டரும் எடுத்து வருகிறான்.

"ஸேவரி (கார பக்ஷண வகை) எதாகிலும் கொண்டா!"

"இதோ, ஸார்!"

"பில்!"

உடனே கையிலிருந்த பில் புஸ்தகத்தில் லேசாக எழுதி, மேஜையில் சிந்திய காப்பியில் ஒட்ட வைத்துவிட்டு, ஸேவரி எடுக்கப் போகிறான்.

"ஒரு கூல் டிரிங்க்!"

"ஐஸ்கிரீம்!"

பேசாமல் உள்ளே போகிறான். முகத்தில் ஒரே குறி.

அதற்குள் இன்னொரு கூட்டம் வருகிறது.

"ஹாட்டாக என்ன இருக்கிறது?"

"குஞ்சாலாடு, பாஸந்தி..."

"ஸேவரியில்?"

கொஞ்சமாவது கவலை வேண்டுமே! அதேபடி பட்டியல் ஒப்புவிக்கிறான். சிரிப்பா, பேச்சா? அதற்கு நேரம் எங்கே? அவன் மனிதனா, யந்திரமா?

"ஐஸ் வாட்டர்!"

"ஒரு கிரஷ்!"

"நாலு பிளேட் ஜாங்கிரி!"

கொஞ்சம் அதிகாரமான குரல்கள்தான். அவன் முகத்தில் அதே குறி, அதே நடை.

நான் உள்பக்கத்திற்குப் போகும் பாதையில் உட்கார்ந்திருந்தேன். என் மேஜையைக் கவனித்துக்கொண்டு உள்ளே போகிறான்.

மனத்திற்குள் "ராம நீஸமாந மவரு" என்று கீர்த்தனம்! உள்ளத்தை விட்டு வெளியேயும் சற்று உலாவியது. அப்பா!

திரும்பி வருகிறான் கையில் பண்டங்களுடன். பரிமாறியாகிவிட்டது.

என்னிடம் வந்து பில் எழுதியாகிவிட்டது. எல்லாம் பழக்க வாசனை, யந்திரம் மாதிரி.

"ஸார், உங்கள் கைக்குட்டை கீழே விழுந்துவிட்டது, ஸார்!"

அவன் குனிகிறான் எடுக்க. நானே எடுத்துக்கொண்டேன்.

மனிதன்தான்!

"ஒரு ஐஸ்கிரீம்!"

திரும்பவும் மிஷினாகிவிட்டான்!

■

ஒப்பந்தம்

பார்வதிநாதனுக்கு பி.ஏ. பாசாகிவிட்டது. அது மட்டுமல்ல. ஸர்வீஸ் கமிஷன் பரீட்சையிலும் முதல் தொகுதியில் வந்துவிட்டான். சீக்கிரத்தில் வேலையாகிவிடும். கலியாணம் ஒன்றுதான் பாக்கி. அதையும் செய்து முடித்துவிட்டால் பையனைப் பற்றிய கவலை ஒய்ந்துவிட்டது என்று நினைத்தார் சங்கரலிங்கம் பிள்ளை.

ஒருநாள் காலை. பிள்ளையவர்கள், தாம்பிரவர்ணியின் ஸ்நான இன்பம், நீண்ட பூஜை முதலியவற்றுக்கு முற்றுப் புள்ளியான காலை போஜனத்தை முடித்துக் கொண்டதும், சுக ஜீவனத்தின் குதூகலத்தை அனுபவித்தவராய், "ஏளா, அங்கே என்ன செய்யுதே" என்று தமது பத்தினியைக் கூப்பிட்டார்.

"என்ன, நீங்களா கூப்பிட்டிய; இன்னா வாரேன்."

"நம்ம குட்டிக்கு" பார்வதிநாதனின் செல்லப் பெயர் - "பொண்ணு பார்க்க வேண்டாமா?"

"எனக்கென்னா தெரியும்? நீங்க சொல்லுறது சதி. நம்ப சிங்கிகுளத்துப் பொண்ணெப் பாத்தா என்ன? பொண்ணு நல்ல செவத்த பொண்ணு; கண்ணும் முளியும் அப்படியே பாத்துக்கிட்டே இருக்கலாம். ஆனா, புள்ளைய வாளுக்குப் பிடிக்குமோ என்னமோ? இந்தக்காலத்துப் புள்ளையளை என்ன சொல்ல?"

"அதாரு, சிங்கிகுளத்திலே?"

"என்ன உங்களுக்குத் தெரியாதாக்கும்? பேட்டையக்கா இருக்கால்ல, பார்வதியக்கா, அவளுக்கு ஒண்ணுவிட்ட தம்பி மக!"

"சரி சரி நம்ம சுப்பராயப் பிள்ளை மகளா? என்ன நகை போடுவா?"

"அது எனக்கென்ன தெரியும்? கோமதியக்காகிட்ட விசாரிச்சா தெரியும். நா அவளைக் கூப்பிடுதேன்" என்று வெளியே சென்று ஒரு விதவையைக் கூப்பிட்டு வந்தாள்.

"அம்மா, வா. இரி. நம்ம குட்டிக்கு இவ என்னமோ சிங்கி கொளத்துப் பொண்ணு ஒண்ணு இருக்காமே, அதைப் பாக்கலாமென்னு சொல்லுதா. நீ என்னமோ, பாத்திருக்கியாமே.

அதெப்படி, நகை என்னம்மா போடுவா?" என்று கேட்டார் சங்கரலிங்கம்பிள்ளை.

"அதா, நல்ல எடமாச்சே. பொண்ணு தங்கமான கொணம். அவுஹளும் அப்படித்தான். என்னமோ ரெண்டு ஆயிரத்துக்கு செய்வாஹ இன்னு சொல்லி இருந்தாஹ."

"இம்புட்டுத்தானே! சதி, சதி. பேச்செ விட்டுத் தள்ளு. நம்ம பேட்டைப் பிள்ளை ஐயாயிரம் நகை, மருக கலியாணச் செலவு ஒரு ரெண்டாயிரம் யென்று சொன்னாரே"

"ஆமா, பொண்ணு கறுப்பில்லியா? எதுக்கும் கேட்டுப் பாருங்களேன்."

"சதி, நீ என்ன சொல்லுதே?"

"பாத்தா என்ன? நானும் அக்காளும் போயிட்டுத்தான் வாரமே!" என்றாள்.

"சதி, நாளைக்கு மேக்கெ சூலம். நாளைக் கழிச்சி உதயத்திலெ வண்டியப் போட்டுகிட்டுப் போய் பாத்துட்டு வாருங்க. பொறவு நாவன்னாவை விட்டு நான் விசாரிக்கேன்."

"அய்யா, தபால்!" என்று தபால்காரன் உள்ளே நுழைந்து கவர்மென்டு முத்திரையிட்ட நீண்ட 'லகோடா'வைக் கொடுத்தான்.

"நம்ம குட்டிக்குப் போல இருக்கு. ஏலே அய்யா!" என்று கூப்பிட்டார்.

"என்னப்பா?" என்று கீழே வந்தான் பார்வதிநாதன்.

கடிதத்தைப் பிரித்துப் பார்க்க, சென்னையில் குமாஸ்தா வேலையாகி யிருப்பதாகவும், 25-ந் தேதி வந்து வேலை ஒப்புக்கொள்ளும்படியும் எழுதியிருந்தது.

வீட்டில் ஒரே குதூஹலம். தபால்காரன் 'பக்ஷிஸ்' தட்டாமல் போகவில்லை.

"ஏலே அய்யா உனக்கு ஓங்கம்மை சிங்கிகொளத்துப் பொண்ணைப் பார்த்திருக்கிறா, அப்பா. ஒனக்குப் புடிக்குமா?" என்று கேட்டார்.

பார்வதிநாதனுக்கு இந்த விஷயம் திடுக்கிடச் செய்தது. இந்த மாதிரி தகப்பனார் பேசியது இதுதான் முதல் தரம். முகம் வெட்கத்தால் சிவந்தது. ஒன்றும் பேசாமல் மெத்தைக்கு ஏறினவன், "நாளைக்குப் புறப்பட வேண்டும்" என்று சொல்லிவிட்டுச் சென்றுவிட்டான்.

2

பெண்ணை எல்லாம் போய்ப் பார்த்துவிட்டு வந்தாகிவிட்டது. சங்கரலிங்கம் பிள்ளையின் மனைவிக்கு சிங்கிகுளத்துப் பெண் பேரில் நோக்கம்.

சங்கரலிங்கம் பிள்ளைக்கு இப்பொழுது மகனுக்கு வேலையாகி விட்டதால் ரேட்டை உயர்த்த வேண்டும் என்ற நோக்கம். நகை வழியாகக் குறைந்தது மூவாயிரமாவது கறந்துவிட வேண்டும் என்ற தீர்மானம்.

நாவன்னா - நாராயண பிள்ளை அவர் பெயர் - அவரை விட்டுப் பெண் வீட்டுக்காரரைத் தூண்டிவிடும்படி ஏற்பாடு செய்தார்.

நாராயண பிள்ளை ஒரு தடவை சிங்கிகுளத்துப் பக்கம் சென்றார். "நம்ம பையன் ஒருவன் இருக்கிறான். கொடுக்கலாம். நல்ல இடம்!" என்றார். விஸ்தரிப்பானேன்? பெண்ணின் தகப்பனார் மாப்பிள்ளை வீட்டாரைக் கண்டு பேசப் புறப்பட்டார். நண்பர் நாவன்னா வீட்டில் ஜாகை.

மறுநாள்.

இருவரும் சங்கரலிங்கம் பிள்ளை வீட்டிற்கு வருகிறார்கள்.

"அண்ணாச்சி, இவுஹதான் நம்ம சிங்கிகுளத்துப் பிள்ளையவாள். இந்தப் பக்கத்திலே வந்திருந்தாஹ. பாத்துக்கிட்டுப் போகட்டுமே என்று கூட்டி வந்தேன்" என்றார் நாவன்னா.

"அப்பிடியா வாருங்க! வாருங்க ஏளா! வெத்திலை செல்லத்தை எடு. அங்கே தூத்துட்டு சமுக்காளத்தை விரி! காப்பி சாப்பிடுங்களேன். அம்மாளு, ரெண்டு எலையைப் போடு!" என்று துரிதப்படுத்தினார்.

அவருடைய தர்மபத்தினியும், "வாருங்க! சேவிக்கேன்!" என்று வரவேற்றுவிட்டு, அவசர அவசரமாகப் பெருக்கிவிட்டு, ஜமுக்காளத்தை எடுத்து விரித்து, வெற்றிலைச் செல்லத்தை எடுத்து வைத்துவிட்டு உள்ளே சென்றாள்.

"நாங்கள் எல்லாம் காப்பி ஆச்சு. நீங்கள் ஆச்சா? இல்லாவிட்டா முடிச்சுக்கொண்டு வந்துவிடுங்கள்" என்றார் நாராயண பிள்ளை.

"நான் எல்லாம் ஆச்சு! வெத்திலை போடுங்க" என்றார் சங்கரலிங்கம்பிள்ளை.

பேச்சு மெதுவாகப் பெண் விஷயத்தில் வந்து விழுந்தது.

'ஆமாம்! பையனுக்கு வேலையும் ஆச்சே, முடிச்சுவிடலாம் என்று எண்ணுகிறேன்'' என்றார்.

"ஆமாம், அது செய்ய வேண்டியதுதான்'' என்றார் சிங்கிகுளத்துப் பிள்ளை.

"உங்களுக்கு என்ன உத்தேசம்?'' என்று அவரைக் கேட்டார் நாராயண பிள்ளை.

"உங்களுக்குத் தெரியாததா? நகை ஒரு ரெண்டாயிரம், மத்தச் செலவு ஒரு ஆயிரம்!'' என்றார்.

"என்ன, நம்ம பேட்டையப்பிள்ளை சொன்னதைக் கேட்டியள்ள?'' என்றார் சங்கரலிங்கம் பிள்ளை.

"ஆமா, ஆமா. அதிருக்கட்டும். இந்தக் காலத்திலே ஆயிரத்தைச் சொன்னாப் போதுமா? சொன்னதைச் சொன்னபடி செய்யணும். அது நம்ம பிள்ளையவாள்தான். நான் ஒன்று பொதுவாச் சொல்லுகிறேன். நகை மூவாயிரம், மத்தது ரெண்டாயிரம்!'' என்றார்.

எல்லாரும் சற்று மௌனம்.

"அண்ணாச்சி! நீங்க ஒரேயடியா மொதொண்டாதிக. பிள்ளைவாள்! நீங்க காலைத் தேச்சா பிரயோசனமில்லை. நல்ல இடம். பையனுக்கு நல்ல அதிர்ஷ்டம். கவர்மெண்டு வேலை. இனிசூபெக்டரு. தாசில்தாரா வரலாம். உங்க பெண்ணுக்கு ராஜயோகம்!'' என்று மத்தியஸ்தம் பேசினார் நாவன்னா.

"சரி! பொறவு நீங்க சொல்லுறப்ப என்னா?'' என்றார் சிங்கி குளத்துப்பிள்ளை.

"வேறே என்ன அய்யா? இப்பவே வெத்திலை பாக்கு கை மாறிடுத்து. வர வியாழக்கிழமை நல்ல தினம். அன்னைக்கி திருமங்கிலியத்திற்குப் பொன்னுருக்கி விடுகிறது. சரிதானே பிள்ளைவாள்?'' என்று ஒரு வெள்ளித் தாம்பாளத்தைச் சங்கரலிங்கம் பிள்ளையின் தர்மபத்தினியிடம் வாங்கி அந்தச் சிறு சடங்கை நடத்தி முடித்தார்கள்.

••

சென்னையில் அன்று சாயங்காலம்.

பார்வதிநாதன் வேலை ஒப்புக்கொண்டாகிவிட்டது. தகப்பனார் கொடுத்த பணம் கொஞ்சம் கையில் ஓட்டம். சினிமாவிற்குச் சென்றான்.

இவனுக்குப் பக்கத்தில் ஒரு ஆங்கிலோ இந்திய மாது - இளநங்கை - உட்கார்ந்திருந்தாள்.

தகப்பனார் அன்று பெண் விஷயத்தைக் கேட்டதிலிருந்து அவனுக்கு ஒரு புதிய உணர்ச்சி, இயற்கையின் தேவை, அடிக்கடி மனதில் சுற்றிக்கொண்டே இருந்தது. பார்வதிநாதன் நல்ல பையன்தான். இதுவரை அந்த நினைப்பிற்கு அவகாசமில்லை.

ஆனால், அந்தத் தினத்திலிருந்து அவனது உடல் கட்டுக்கடங்க வில்லை.

அன்று இருவர் சினிமா பார்க்கவில்லை.

அந்த நங்கை ஐந்து ரூபாய்க்கு இரண்டு மணி நேரம் அவன் மனைவியாக இருக்கச் சம்மதித்தாள்.

இருவரும் கடற்கரைக்குச் செல்லுகிறார்கள்.

அந்தச் சிங்கிகுளத்துப் பெண் மூவாயிரம் ரூபாயைப் பணயமாக வைத்து, அவனுடன் வாழ்க்கையைப் பிணைத்துக் கொள்ளச் சம்மதிக்கும் பொழுது, ஐந்து ரூபாய்க்கு இரண்டு மணி நேரம் சரிதானே?

■

தனி ஒருவனுக்கு

அம்மாசிச்சாம்பான் பிறப்பில் பிச்சைக்காரன் அல்ல. இவன் பிறந்த மூன்றாவது மாதத்திலேயே இவனுடைய தகப்பனான பாவாடை காலமாகிவிட்டான். வீட்டிலிருந்த சொத்தை (கலப்பை முதலியன) சின்னக் கடன் விஷயங்களுக்கு, சேரி பாபத்திலும், பண்ணை சுப்பராயப்பிள்ளை பற்றிலுமாக பறிமுதல் செய்யப்பட்டது.

இவனுடைய வளர்ச்சிப் படலத்தைப் பற்றிய பிள்ளைத்தமிழ் யாரும் எழுதிவைக்காமல் போய்விட்டதால் இருபது வயது வருமட்டுமுள்ள சரித்திரக் குறிப்புகள் கிடைக்கவில்லை. கொஞ்சநாள் பண்ணையில் வேலை பார்த்து வந்ததாகவும் தெரிகிறது. பிள்ளையவர்கள் மனமுவந்து கொடுத்த சிறிய கடன் தொகையைக் கொண்டு கலியாணமும் நடந்தது. நடந்த மூன்றாம் மாதம் இவன் தாய் பரகதி - பறையருக்கு பரகதியடைய உரிமையுண்டோ என்னவோ - செத்துப் போய்விட்டாள்.

என்ன காரணத்தாலோ இவனது பெண்டாட்டியும் தாய் வீடு நோக்கிக் கம்பி நீட்டிவிட்டாள். ஆக இம்மாதிரித் தொல்லைகளால் பழைய கடனும் கொடுக்க முடியாமல் புதிய கடனும் வாங்க மார்க்கமில்லாமல் இருக்கும் பொழுது ஒரு ரஸவாத பண்டிதர் - சாமியார் - அங்கே வந்து சேர்ந்தார்.

சாமியாருக்கும் அம்மாசிக்கும் எப்படியோ பழக்கம் ஏற்பட்டது. கேட்பானேன்; பிள்ளையவர்கள் வீட்டுப் பித்தளை செம்புப் பாத்திரங்களில் கை வைத்தால், அவ்வளவையும் சுவர்ணமாக்கித் தந்துவிடுவதாகச் சுவாமியார் வாக்களித்தார்.

தொல்லை தீர வழியிருக்கும் பொழுது தர்ம சாஸ்திரமா குறுக்கே நிற்க முடியும்? பண்ணைப் பிள்ளையவர்களின் பாத்திரங்கள் ஊருக்குப் பக்கத்திலிருந்த பாழ் மண்டபத்திற்கு வந்துவிட்டன, ஸ்புடம் போட்டுத் தங்கமாக்கிவிட. இதற்குள் பிள்ளையவர்களுக்கு எப்படியோ தெரிந்துவிட, "பயலை அப்படியே புடம் போட்டுவிடுகிறேன் பார்" என்று இரைந்து கொண்டு பண்ணை ஆட்களைத் திரட்டி வந்தார்.

கூட்டத்தைத் தூரத்தில் கண்டவுடன் அந்தர்த்தியானமாவது தவிர வேறு வழியில்லை என்று கண்ட சாமியார் நடையைக் கட்டிவிட்டார். அம்மாசியைக் கையும் களவுமாகப் பிடித்துக் கொண்டார்கள். அன்று பட்ட நரக வேதனைக்குமேல் ஆறுமாதக் கடுங்காவல்.

சில சந்தர்ப்பங்களில் சிறைவாசம் ஒரு புகழைக் கொடுக்கும். சமுதாயத்தில் ஒரு மகத்தான ஸ்தானத்தைக் கொடுக்கும். அம்மாசியின் சிறைவாசம் அந்த ரகத்தைச் சேர்ந்ததல்ல.

சிறையைவிட்டு வெளியேறியவுடன் அம்மாசி சொந்த ஊருக்குச் செல்லவில்லை. நியாயத்தின் முடிவைக் கண்டுபிடித்த அந்த மகான் இருக்கும் திருப்பதிக்கு - இந்தச் சண்டாளன், இந்தப் பதிதன், இந்த சமூகத்துரோகி, புழு - செல்ல முடியுமா?

விலை சரசமான காவி கட்டி இருக்கும் பொழுது சோற்றுக்குப் பஞ்சமா என்று பட்டது. உடனே அம்மாசிச் சாம்பான், ஏழை அம்மாவாசைப் பரதேசியானார்.

தாயுமானவரையும் குதம்பைச் சித்தரையும் தப்பும் தவறுமாக உச்சரிக்க எங்குதான் கற்றுக்கொண்டாரோ? முதலில் பக்கத்து ஊரில் முகாம் போட்டார். வீட்டுக்கு முன் வந்து நின்றால் இரண்டில் ஒன்று தீர்மானமாகத் தெரிந்தாலொழிய போவதில்லை.

கொஞ்ச நாள் கவலையற்ற சாப்பாடு.

2

ஒரு மாதத்திற்கு முன்தான், ஏழை அம்மாவாசை சுவாமியாரின் வழியாக, இறந்துபோன தாயுமானவர் கடவுளின் பரிபூரணானந்தத்தை எங்கள் ஊர்த் தெருவழியாக வாரி இறைத்துக் கொண்டிருந்தார். ஊரைக் கவர்ச்சிக்கும்படி ஒன்றும் செய்யவில்லை. நூற்றியோராவது பிச்சைக்காரனாகத்தான். கவலையற்ற சாப்பாடு. எங்களூர்ப் பாழ் மண்டபத்தில் கவலையற்ற நித்திரை, ஸ்வானுபூதி.

இதற்குள் யாரோ சுவாமியாரின் பூர்வாசிரம ரகசியத்தையறிந்து ஊர் பூராவும் பரப்பிவிட்டார்கள். உளவு பார்க்க வந்தவன் என்ற தங்கள் கொள்கையையும் சேர்த்துக் கட்டிவிட்டதினால், எங்களூர்க்காரர்கள் மதிப்பில் சுவாமியார் பதவியிலிருந்து திருட்டுப் பேர்வழி என்ற ஸ்தானத்திற்கு இறங்கிவிட்டார். பரி மறுபடியும் நரியாவது திருவிளையாடல் காலத்துக்காரர்களுக்கு மட்டுந்தானா உரிமை?

இவ்வளவும் ஒரே நாளில்; இது சுவாமியார் - பாவம் - அவருக்குத் தெரியாது.

வழக்கம்போல் கப்பறையுடன் 'அங்கிங்கெனாதபடி எங்கும் பிரகாசமான பொருளைத் தேடி' எங்களூர்க்காரருக்குத் தெரியப்படுத்தத் தெருக்கோடியில் வருமுன்னமே அவரைச் சூழ்ந்து ஒரு பெரிய கூட்டம் கூடிவிட்டது.

ஏசலும், இரைச்சலும் சுவாமியாருக்கு முதலில் ஒன்றும்

புரியவில்லை. அவரும் காதுள்ள, சாதாரண அறிவுள்ள மனிதன்தானே! பூர்வாசிரமக் கதைதான் இந்த விபத்திற்குக் காரணம் என்று தெரிந்து கொண்டார். தெரிந்து என்ன செய்கிறது? அதற்குள்தான் மரத்துடன் வைத்துக் கட்டியாகிவிட்டதே.

தர்மத்தின் காப்பாளர்களும் நீதியின் பொக்கிஷங்களுமான பெரியார்கள் நிறைந்த இந்தக் கிராதக யுகத்து எங்களூர்வாசிகள் இம்மாதிரியான மோசத்தையும் புரட்டையும் பொறுத்திருப்பார்களா? நியாயத்தைப் பரிமாறுவதற்காகக் கருட புராணத்தைப் பாராயணம் செய்த ஹிந்து தர்மத்தின் மெய்க் காப்பாளர்களான எங்களூர்ப் பெரியார்கள், அதற்குத் தகுந்த மகத்தான ஒரு மனநிலையைத் திருப்தி செய்தார்கள்.

இந்தத் ‘திருத்தொண்டினால்’ சுவாமியாரை எளிதில் கண்டு பிடிக்க முடியாது போய்விட்டது. காலில் பலத்த காயம். முகத்தில், முதுகில் புளியம் விளார்களின் முத்தத்தினால் உண்டான இரத்தம் உறைந்த நீண்ட வரைகள். உடம்பு, முகம் முழுதும் ஒரே வீக்கம்.

“பயம் இருக்கட்டும். உன்னை ஜெயிலுக்கு அனுப்பாமல் மன்னிக்கிறோம். ஓடிப்போ” என்ற தங்கள் தயாள சிந்தனையைச் சுவாமியாருக்கு எடுத்துக்காட்டி ஊருக்கு வெளியே பிடித்து நெட்டித் தள்ளிவிட்டார்கள். சுவாமியாருக்கு அந்தப் பாழ் மண்டபத்தையடை வதற்குள் மோக்ஷமோ நரகமோ இரண்டிலொன்றிற்குப் போய்விட்டுப் பத்துத் தடவை திரும்பி விடலாம் என்று தோன்றிற்று.

இதற்குமேல் எங்களூரில் கவந்தப்படலத்தை நடத்தலாம் என்ற நம்பிக்கை அவருக்கு இருக்குமானால் அவரைப் பைத்தியக்காரன் என்று சொல்லிவிடலாம். சுவாமியார் அப்படி ஒன்றும் நினைக்கவில்லை. ஆனால், இந்த ஊரைவிட்டுப் போவதற்கும்தான் இவ்வூர் மஹாஜனங்களின் அன்பின் திருத்தொண்டின் மூலமாகக் காண்பித்து அவரை அங்கிருந்து அகலாமலிருக்கும்படி செய்துவிட்டார்களே.

அந்தப் பாழ்மண்டபம் எப்படி இருந்தாலும் வேளைக்கு வேளை உணவும் மருந்தும் கொடுக்கும் ஜெனரல் ஆஸ்பத்திரி அல்ல. மூன்று நாட்கள் அவர் இருந்த ஸ்திதியில் அங்கு இருந்தால் வலுவில் சுமத்தப்பட்ட உண்ணாவிரதம்தான் நிச்சயம்.

காய்ச்சல், வலி, பசி, தாகம் இவைகளின் கூத்துப் பொறுக்க முடியவில்லை. சற்றுத் தூரத்திலுள்ள கோபுரங்களிலும் மரக்கிளைகளிலும் சுவாமியாரின் இறுதியை எதிர்பார்த்து, அவரைத் தங்கள் வயிற்றில் சமாதியடையச் செய்ய, காக்கைகளும் கழுகுகளும் காத்திருந்தன. அவைகளும் இவரைத் தீண்டாத பறையன், பதிதன் என்று நினைத்தோ என்னவோ கிட்டவே நெருங்கவில்லை.

ஊருக்கு வெளியிலே, அந்தப் பாழ்மண்டபத்தின் பக்கத்தில் தான் ஒரு சுடலைமாடன் பீடம், ஊரின் காவல் தெய்வம் என்ற கௌரவத்துடன், நமது அரசாங்கத்துடன் கூட்டுறவு செய்து கொண்டு, வரிவாங்கும் தொல்லைகள் எல்லாம் அற்ற ஒரு மௌன அரசாட்சி நடத்திக் கொண்டிருந்தது. அதைப் பற்றிக் கதைகள் பல.

எங்களூர் மறவர்களுக்கு 'பிஸினஸ் டல் ஸீஸனில்' சுடலைமாடன் பாடு கொண்டாட்டம்தான். தினம் திருவிழா. நாலு பணத்தைக் கண்டால் சுடலைக்குப் படைப்பு என்ற சம்பிரதாயத்தை வைத்துக்கொண்டு, குடித்துக் களிப்பார்கள்.

அன்று சின்னச்சாமித் தேவனுக்குப் படைப்புப் போடவேண்டும் என்று தோன்றிற்று. கேட்பானேன்; சாயங்காலம் முதல் ஒற்றைப்பறை மேளம் ஒன்று சுடலைமாடனுடைய கேட்காத திருச்செவிகளுக்குச் சங்கீதக் கச்சேரி நடத்தியது.

படைப்புக்குரிய பொங்கல், பக்கத்து மரத்தடியில் சின்னச்சாமித் தேவன் மனைவியின் கண்காணிப்பில் தயாராகிக் கொண்டிருந்தது. மாடனைச் சுற்றித் தேவரும் அவருடைய நண்பர்களும் பூசாரியும்தான்.

இரவு பத்து மணியாகிவிட்டது. பானையும் அடுப்பிலிருந்து இறங்கி 'சாம்போர்' என்று அவர்கள் உச்சரிப்பில் மரியாதை பெறும் குழம்புடன் கலந்து, சுடலையின் திருச்சேவையை எதிர்பார்த்து நின்றது.

பூசாரி சுடலையின் பாட்டைப் பாடி ஆராதனை நடத்துகிறான். தேவரின் மனைவியும் சுடலையின் அருள்பெறச் சன்னிதிக்குச் சென்றுவிட்டாள்.

இருளிலே ஒரு உருவம் நகர்ந்து நகர்ந்து சோற்றுப் பானையை அணுகுகிறது. சுவாமியார்தான். பசியின் தனியரசிற்குமுன் எந்தச் சுடலைமாடன்தான் எதிர்க்க முடியும்? வாரி வாரி ஆத்திரத்துடன் கொதிக்கும் சோற்றை வாயில் திணிக்கிறார். அவ்வளவுதான், ஒரு கவளத்திலே இவருடைய இவ்வுலக ஆசை நிறைவேறியது.

சற்றுத் தூரத்திலிருந்த சுடலை பக்தர்கள் இவர் ஒரு கவளம் எடுக்கும் போதே கண்டு தடுக்க ஓடிவந்தார்கள். கிட்ட நெருங்கியதும் தண்டிப்பதற்குச் சுவாமியாரின் பிணம்தான் கிடந்தது. "மாடனின் சக்தி", "அருள்" என்று வியந்தார்கள். "பறப்பயலுக்கு வேண்டும்" என்றார்கள்.

இதையெல்லாம் கேட்க ஏழை அம்மாவாசைச் சாமியாருக்குக் கொடுத்து வைக்கவில்லை!

சுடலையின் சக்திக்காக அன்று இரட்டிப்புப் பூசை.

3

ஊரில் கொஞ்சம் பரபரப்புத்தான். சுடலையின் சக்தி வெளியாகும் பொழுது இல்லாமலா இருக்கும்?

திடீரென்று இறந்தவனை அறுத்துச் சோதனை செய்யாமல், போலீஸ் விசாரணையில்லாமல் புதைத்து விட முடியுமா? எங்களூர் டாக்டரும் இன்ஸ்பெக்டரும் தேசபக்தர்கள் அல்ல; ஆனால் கிழக்கு மேற்காக இரண்டரைப் பர்லாங்கும், தென்வடலாக ஒன்றரைப் பர்லாங்கும் விஸ்தீரணமுள்ள எங்களூர் நிலப்பரப்பைப் பொறுத்தமட்டில் தேசபக்தர்கள்தான். வீண் ஆர்ப்பாட்டம் செய்து ஊரைக் கெடுக்க வேண்டாம் என்று, பட்டினியால் இறந்தான் என்ற முடிவிற்கு வந்தார்கள்.

பிறகு என்ன? புதைக்க வேண்டியதுதான் பாக்கி.

எங்களூர் ஆஸ்பத்திரித் தோட்டி இந்த மாதிரிப் பிணங்களைப் புதைத்து விடுவதில் சமர்த்தான். ஒருவனே முடித்துவிடுவான். ஒற்றைக் கம்பில் பிணத்தை இறுக்கிக் கட்ட வேண்டியது - தலை சற்றுத் தொங்கினால் என்ன மானம் போய்விட்டது? மேலே மண்வெட்டியைச் சொருக வேண்டியது; விறகுக்கட்டை போல் தலையில் தூக்கிக்கொண்டு போய் புதைக்க வேண்டியது. இதுதான் அவனுக்குத் தெரியும். அதில் அவன் எக்ஸ்பர்ட்.

அன்று சாயங்காலம்; அதாவது பிணத்தை அறுத்துச் சோதித்த அன்று சாயங்காலம்.

அப்பொழுது எங்களூர் கோகலே ஹாலில் 'பாரத ஜனங்களின் தற்கால நிலைமை' என்ற பிரசங்கம். ஊர் பூராவாகவும் திரண்டு இருந்தது; அதைக் கேட்க அவ்வளவு உற்சாகம். முதலிலே 'பாரத சமுதாயம் வாழ்கவே' என்ற பாட்டை ஒரு நண்பர் வெகு உருக்கமாகப் பாடினார்.

'தனியொருவனுக்கு உணவில்லையெனில், ஜகத்தினை யழித்திடுவோம்' என்ற அடிகள் வந்தவுடன், என்ன உருக்கம்! என்ன கனிவு! நாங்கள் ஆனந்தப் பரவசத்தில் கைதட்டினோம்!

■

தெரு விளக்கு

தெருக்கோடியிலே அந்த மூலை திரும்பும் இடத்தில் ஒரு முனிசிபல் விளக்கு.

தனிமையாக, ஏகாங்கியாகத் தனது மங்கிய வெளிச்சத்தைப் பரப்ப முயன்று வாழ்ந்து வந்தது.

இளமை, மூப்பு, சாக்காடு என்பவை மனிதருக்கு மட்டும் உரிமையில்லை. எனவே, தெருவிளக்கிற்கும் இப்பொழுது மூப்புப் பருவம்.

நிற்கும் கல் - உடம்பு சிறிது சாய்ந்து விட்டது. சிரத்தில் இருந்த கண்ணாடிச்சில் ஒரு பக்கம் உடைந்துவிட்டது. அந்தச் சிறுவன் விளையாட்டாகக் கல்லை எறிந்தபொழுது விளக்கின் கஷ்டத்தை நினைத்தானா?

காற்று அடித்தால் உயிரை ஒரேயடியாகவாவது போக்கி விடுகிறதா? குற்றுயிராய்த் துடிக்கத் துடிக்க வைத்து அதைக் கொல்லுகிறதே!

கொஞ்சமாவது மங்கிய வெளிச்சத்தைக் கொடுக்கிறதென்று இந்தக் காற்றிற்கு நன்றி இருக்கிறதா?

போய்விட்டது! பிறகு மழையில் அதன் குளிரை யார் கவனிக்கிறார்கள்?

அது காற்றிற்குத் தெரியுமா?

இனிமேல் விளக்கு அந்தப் பக்கத்திற்கு வேண்டாமாம்! அதை எடுத்து விட வேண்டுமாம்!

அதற்கு ஒரு தோழன் - ஒரு கிழவன்.

ஒத்த வயதில் தானே நட்பு ஏற்படும். இதில் என்ன அதிசயம்!

விளக்கிற்குக் கிழவன்.

கிழவனுக்கு விளக்கு.

விளக்கை எடுத்துவிடப் போகிறார்கள் என்று கிழவனுக்குத் தெரியாது.

அவனுக்கு எப்படித் தெரியும்?

அவன் வயிற்றுக்குப் பிச்சை எடுக்க வேண்டாமா?

வயிற்றுக்கில்லாமல் உயிர்வாழ முடியுமா?

தெருவிளக்கு அவன் தோழன்தான். அதன் வெளிச்சம் அவனுக்கு எவ்வளவு மன நிம்மதியை அளித்தது.

அன்று சாயங்காலம் வந்தான்.

வெறும் குழி ஒன்றுதான் இருந்தது.

இருள்! இருள்!

பற்றுக்கோலை யாரோ தட்டிப் பிடுங்கிக்கொண்ட குருடனின் நிலை!

அன்று அவனுக்கு உலகம் சூனியமாய், பாழ்வெளியாய், அர்த்தமற்றதாய் இருந்தது.

சாந்தி?

அது எங்கிருந்து வரும்!

உடைந்த தெரு விளக்குத்தான்! ஆனால் கொஞ்சமாவது அவனைத் தேற்றி வந்ததே!

வெளிச்சமில்லாவிட்டாலும், ஸ்பரிசித்துப் பார்த்து ஆறுதலடைய வெறுங் கல்லாவது இருந்ததே?

மறுநாள் காலை ஒரு கிழவனின் சவம் அங்கு கிடந்ததைக் கண்டார்கள்.

●●

இப்பொழுது ஒரு புது விளக்கு!

மின்சார விளக்கு!

அதன் கீழே குழந்தைகள் உற்சாகமாக விளையாடிக் கொண்டிருக்கிறார்கள்.

அவர்களுக்குப் பழைய விளக்கையும் பழைய கிழவனையும் பற்றிக் கவலை என்ன?

ஒரு காலத்தில் இவர்களும் அப்படித்தான் ஆவார்கள்!

அதற்கென்ன?

எங்கும், எப்பொழுதும் அப்படித்தான்.

பழையன கழியும், புதியன வரும்.

இது உலக இயற்கையாம்!

■

வாடாமல்லிகை

அவள் பெயர் ஸரஸூ; ஒரு பிராமணப் பெண். பெயருக்குத் தகுந்தது போல் இருக்க வேண்டும் என்று நினைத்தோ என்னவோ பதினேழு வயதிற்குள்ளேயே சமூகம் அவளுக்கு வெள்ளைக் கலையை மனமுவந்து அளித்தது. அவள் கணவனுக்குக் காலனுடன் தோழமை ஏற்பட்டுவிட்டால் அதற்குச் சமூகம் என்ன செய்ய முடியும்?

ஸரஸூ ஓர் உலாவும் கவிதை. இயற்கையின் பரிபூரணக்கிருபையில் மலரும் பருவம். காட்டிலே ரோஜா யாருமின்றி உதிர்ந்தால் அதைப் பற்றிப் பிரமாதமாக யாரும் கவலைப்பட மாட்டார்கள். ஆனால் நந்தவனத்திலே, மனத்தின் களிப்பில் குலாவக்கூடிய இடத்திலே, தனிமை என்ற விதி ஏற்பட்டால் அதைப் பற்றிப் பரிதவிக்காமல் முடியுமா? இயற்கையின் போக்கைத் தடை செய்துகொண்டு அவள் தியாகம் செய்கிறாள்; அவள் பரிசுத்தவாதி என்று சமூகம் களித்துக்கொண்டு இருப்பது அதன் ரத்தவெறிதான். அவளுக்கு இந்தச் சமூகத்தில் உரிமையே கிடையாதா? அவள் நிலைமை என்ன? சாம்ராஜ்யப் பிரஜையின் நிலைதானா? சமூகம் என்ன செய்ய முடியும், வேதம் சொல்லுகிறது, தர்ம சாஸ்திரம் சொல்லுகிறது என்று பேத்திக் கொண்டிருக்கும்....?

ஸரஸூவுக்கு இதெல்லாம் தெரியாது. அவள் ஒரு ஹிந்துப் பெண். வாயில்லாப் பூச்சி. பெற்றோரையும் புருஷனையும் முன்னோரையும் நம்பித்தான் உயிர் வாழ்ந்து வந்தாள். பெற்றோர் கலியாணம் செய்து வைத்தார்கள். புருஷன் வாழ்க்கையின் இன்பத்தைச் சற்றுக் காண்பித்துவிட்டு, விடாய் தீருமுன் தண்ணீரைத் தட்டிப்பறித்த மாதிரி, எங்கோ மறைந்துவிட்டான். அவனை இந்த உலகத்தில் இனிக் காண முடியாது. பிறகு.... கண்டால்தான் என்ன? அது போகட்டும். இப்படித்தான் இருக்க வேண்டும் என்று சொல்லி வைத்துவிட்டுப் போன முன்னோர்கள் கணவன் சென்றவிடத்தில் இருக்கிறார்கள். ஸரஸூ பெற்றோரைத் தட்டியது கிடையாது. பிறகு முன்னோரை எப்படி எதிர்க்க முடியும்? அவளும் பெண்தானே! அச்சம் என்பதுதான் அவளுக்கு அணிகலன் என்று சமூகம் சொல்லுகிறதே. பிறகு அவள் வேறு என்னவாக இருக்கமுடியும்?

அவள் 'உயர்தர' படிப்புப் படித்த பெண்ணா? நாலு விஷயங்களைத் தானாக ஆராய்ச்சி செய்துகொள்ள அவளுக்குத் திறன் ஏது? இயற்கையின் தேவை கட்டுக்கடங்காமல் மீறி ஒரு மிருகத்தின் முரட்டுத் தைரியத்தைக் கொடுக்கவில்லை. கொடுத்திருந்தால் அவளைச் சமூகம் தூற்றுவதற்குத் தயார்.

எந்த அமைப்பிலேயும் விதிவிலக்குகளான சிறுபான்மையோர் கஷ்டப்படத்தான் வேண்டும் என்று தத்துவம் பேசலாம். தத்துவம் நன்றாகத்தான் இருக்கிறது! ஸரஸுவின் உணர்ச்சிக்கு உரிமையில்லை. அவள் விதிவிலக்கு.

ஸரஸு எப்பொழுதும் மாடியின் மேல் காலை ஏழு மணிக்கே தலையை உலர்த்த வருவாள். அப்பொழுதே ஸ்நானமாகிவிடும். பெற்றோரின் பாசம், அவளைச் சமண முனி மாதிரி, ஒரு பெண்மையின் கோரமாக்கத் துணியவில்லை. அதை எடுத்திருந்தாலும் அவள் கவலைப்பட்டிருக்க மாட்டாள். வாழ்க்கைக்கே வசதியில்லாமலிருக்கும் பொழுது சிகை போவதுதானா பிரமாதம்?

அவளைப் பார்த்தால் யாருக்கும் கண் கலங்கும். அவள் கண்களிலே ஒரு நிரந்தரமான துயரம், போக்க வழியில்லாத துன்பம் குடிகொண்டிருக்கும். அவள் சிரிக்கத்தான் செய்கிறாள். குதூகலமாகப் பேசத்தான் செய்கிறாள். இவை யாவற்றிற்கும் பின் சோகந்தான் நிலவும்.

பிரம்மச்சாரியாக, உண்மையான பிரம்மச்சாரியாக நீ இருந்து பார்த்திருக்கிறாயா? வேறு ஓர் உயர்ந்த இலட்சியம் உனது உள்ளத்தைக் கொள்ளை கொண்டு, உன்னை அப்படியே விழுங்கி விடாவிட்டால் பிரம்மச்சரியம் உன்னைக் கொன்றுவிடும். உன்னை மிருகமாக்கி உனது உள்ளத்தைப் பேயாகச் சிதற அடித்துவிடும். ஆனால், கட்டாயத்தின் பேரில் இப்படிக் கன்னிகையாகக் காலங்கழிக்க வேண்டிய நிலைமையை என்ன சொல்வது?

அன்று ஸரஸுவின் தம்பி துரைசாமிக்குச் சாந்திக் கலியாணம். முதலிலே ஸரஸுவுக்குத் தாங்க முடியாத குதூகலம் - தங்கள் வீட்டில் விசேஷம் வருகிறது என்றுதான், தம்பியின் மீது இருந்த ஒரு ஹிந்துத் தமக்கையின் அளவுகடந்த பாசத்தினால்.

அன்று பகல் வந்தது...

அன்று இரவு வந்தது. ஊரில் இருள். வீட்டில் ஒளி.

வீட்டில் ஒளி; ஸரஸுவின் உள்ளத்தில்?

அவளுக்கு என்னென்னவோ நினைவுகளெல்லாம் குவிந்தன.

அப்படித்தானே மூன்று வருஷங்களுக்கு முன், முதல் முதலாக அவருக்கு... என்னென்னவோ தோன்றின. நேரமாக நேரமாக அவள் மனத்தில் அந்த மூன்று வருஷங்களுக்கு முந்திய சந்தோஷகரமான வாழ்க்கையை ஓர் இன்ப ஒளியாக்க முயன்ற அந்த இரவின் ஒவ்வொரு சிறு சம்பவமும்... அவர் முதலில் என்ன கூச்சப்பட்டார்! பிறகு அந்த உரிமை என்ற தைரியம்தானே... இவ்வளவு சீக்கிரம் அவள் வாழ்க்கை இருட்டிவிடும் என்று அப்பொழுது கண்டாளா? என்னவோ சாசுவதமான அழியாத நித்திய வஸ்துவென்றல்லவோ...

துரைசாமியையும் அவன் மனைவியையும் அழைத்துக்கொண்டு சென்றனர். கூச்சலும் அமளியும் அவளுக்குப் பொறுக்க முடியவில்லை.

தன்னை மீறிய, கட்டுக்கடங்காத ஓர் ஆவேசம் அவளைப் பிடர் பிடித்துத் தள்ளியது. பின்புறம் புழக்கடைக்குச் சென்றுவிட்டாள்.

நானும் பின் தொடர்ந்தேன். அவள் நிலைமை எனக்கு ஒருவாறு தெரிந்தது. அவள் மீது ஒரு பரிதாபம். அதனால்...

புழக்கடையில் ஒரு பெண் தேம்பிக்கொண்டு இருந்த சப்தம் கேட்டது.

நெருங்கினேன். அவள்தான்!

"ஸரஸு"

பதில் இல்லை.

இன்னும் நெருங்கித் தோளில் கையை வைத்தேன். உணர்ச்சியற்ற கட்டை போல் இருந்தாள்; உடல் தேம்புவதினால் குலுங்கியது.

"ஸரஸு! நான் இருக்கிறேன், பயப்படாதே!" என்றேன்.

"நான் ஒரு ஹிந்துப்பெண்!" என்று கூறிவிட்டுச் சடக்கென்று உள்ளே சென்றுவிட்டாள்.

நான் திகைத்து நின்றேன். ஹிந்துப் பெண் என்றால் உயிர் வாழ உரிமையில்லையா?....

நான் எவ்வளவு நேரம் நின்றேனோ!

மறுபடியும் அவள் வந்தாள்.

"ஸரஸு! என்னை மன்னித்துவிடு. நான் கூறியது வேறு. நீ அர்த்தம் பண்ணிக்கொண்டது வேறு. நான் உன்னை மணம் செய்து கொள்ளுகிறேன்!" என்றேன்.

"கொள்கைக்காக நீர் தியாகம் செய்துகொள்ள முயலுகிறீர். அது வேண்டாம் - மிஞ்சினால் நான் உமக்குப் போகக் கருவியாகத்

தான், உமது தியாகத்தின் பலிபீடமாகத்தான் நீர் கருதுவீர். அது எனக்கு வேண்டாம். நான் காதலைக் கேட்கவில்லை. தியாகத்தைக் கேட்கவில்லை. நான் தேடுவது பாசம்..."

"அது என்னிடம் இருக்கிறது" என்றேன். அவளிடம் இவ்வளவு எதிர்பார்க்கவில்லை.

"அப்படியானால் திருமணம் வேண்டாம்... பாசம் இருந்தால் போதும்" என்று சொல்லித் தலை குனிந்தாள்.

"என்ன ஸரஸூ இப்படிச் சொல்லுகிறாய் - இரகசியம் பாபம் அல்லவா? கலியாணம் இதை நீக்கிவிடுமே!"

"எனக்கு உமது தியாகம் வேண்டாம். உமது பாசம் இருந்தால் போதும்!"

"நீ ஒரு பரத்தை!"

உமது தியாகத்திற்கு நான் பலியாக மாட்டேன் - அதில் எப்பொழுதும் உமக்கு இந்தக் காலத்து நன்மதிப்பு ஏற்படும். தைரியசாலி என்பார்கள். அதை எதிர்பார்க்கிறீர். நான் பரத்தையன்று - நான் ஒரு பெண். இயற்கையின் தேவையை நாடுகிறேன்!" என்றாள்.

எனது மனம் கலங்கிவிட்டது. வெளியேறினேன்...

மறுநாள் அவள் பிரேதம் கிணற்றில் மிதந்தது. அதன் மடியில், "நான் எதிர்பார்த்தபடியே" என்று எழுதிய ஒரு நனைந்த கடுதாசி இருந்தது.

■

கோபாலய்யங்காரின் மனைவி

(பாரதியார் தமது சந்திரிகை என்ற நாவலிலே, கோபால் அய்யங்காருக்கும், வீரேசலிங்கம் பந்துலு வீட்டுப் பணிப்பெண்ணாகிய மீனாட்சிக்கும் பிரம்ம சமாஜத்தில் நடந்த கலப்பு மணத்தை வருணித்திருக்கிறார். கதையின் போக்கு 'கண்டதும் காதல்' என்ற கோபால அய்யங்காரின் இலட்சியத்துடன் - ஏன் பிரமை என்றும் கூறலாம் - முடிவடைகிறது. முடிவு பெறாத இரண்டாவது பாகத்தில் வருணிப்பாரோ, என்னவோ? மனிதன், 'காதல் பெண்ணின் கடைக்கண் பணியிலே' அனலை விழுங்கலாம், புளித்த குழம்பையும் குழைந்த சோற்றையும் உண்ணச் சம்மதிப்பானோ என்னவோ? பின் கதையை என் போக்கில் எழுதுகிறேன். பாரதியின் போக்கு இப்படித்தான் இருந்திருக்க வேண்டும் என்பதில்லை.)

டெப்டி கலெக்டர் கோபாலய்யங்கார் தமது மனைவி மீனாட்சியை அழைத்துக்கொண்டு தஞ்சைக்கு வந்து ஒருமாத காலமாகிறது. ஊரில் எல்லாம் பரபரப்பு, ஒரே பேச்சு, கோபாலய்யங்கார் இடைச்சியைக் கலியாணம் செய்துகொண்டார் என்பதுதான். எல்லாம் கிசுகிசு என்ற பேச்சு. எதிரில் பேச முடியுமா? அதுவும் அந்தக் காலத்தில்; அதுவும் தஞ்சாவூரில். சிலர் போயும் போயும் இடைச்சிதானா அகப்பட்டாள் என்று பேசிக்கொண்டார்கள். படியாதவர்கள், யாரோ இடைச்சியை இழுத்து வந்து வைப்பாக வைத்திருக்கிறார் என்று அபிப்பிராயப்பட்டார்கள். ஆனால் பத்திரிகைகளில் பிரசுரமான செய்தி என்பதால் வேறு வழியின்றி நம்பிக்கொண்டார்கள். பியூன்களுக்கு அய்யங்கார் என்றால் சிறிது இளக்காரம்; அவர் முதுகுப்புறம் சிரிப்பார்கள்.

இவ்வளவும் கோபாலய்யங்காருக்குத் தெரியாது. அதாவது தெரிய சந்தர்ப்பம் வைத்துக் கொள்ளவில்லை. வீட்டிலே மீனாட்சிக்குப் படிப்புச் சொல்லிக்கொடுக்க ஒரு கிறிஸ்தவ உபாத்தியாயினி. முன்பிருந்த பிராமணப் பரிசாரகன் சொல்லிக்கொள்ளாமல் ஓடிவிட்டான். ஒருநாள் மீனாட்சி சமைத்தாள். அதாவது அவள் குலாசாரப்படி சமைத்தாள். லவங்கப் பட்டை, பெருஞ்சீரகம் இத்தியாதி பொருள்களுடன் தன் கைப்பாகமாக மிகுந்த ஜாக்கிரதையுடன் வைத்திருந்தாள்.

கோபாலய்யங்கார் குடிகாரர்தான்; ஆனால் மாமிச பட்சணியல்ல. மீனாளின் கண்களைப் பார்த்துக்கொண்டு இரண்டு கவளம் வாயில் போட்டார். அவ்வளவுதான். குடலைப் பிடுங்கியது போல் ஓங்கரித்து வாந்தி எடுத்தார். மாமிச உணவின் பாகம் என்ற நினைப்பில் ஏற்பட்டது. மீனாள் பதறித் தன் கணவன் தலையைத் தாங்கினாள். கோபாலய்யங்கார் போஜனப்பிரியர். பசி காதலை வென்றது. அவளை உதறித்தள்ளிவிட்டு வெளியே சென்று சேவகனைக் கூப்பிட்டு, பிராமண குமாஸ்தா வசம் ஹோட்டலில் இருந்து சாப்பாடு தருவித்தார்.

போஜனமான பிறகுதான் கோபாலய்யங்காருக்குத் தமது காதல் திரும்பியும் வந்தது.

"மீனா" என்று கூப்பிட்டுக்கொண்டு உள்ளே வந்தார்.

"சாமீ" என்று எழுந்தாள் மூலையில் உட்கார்ந்திருந்த காதலி. அவள் கண்களில் இரண்டு துளிகள் அவர்கள் இருவருக்கும் இடையே இருக்கும் அகழியை எடுத்துக் காண்பித்தது.

மீனாட்சி பணிப்பெண்; அதிலும் பயந்த பெண். மருண்ட பார்வை. கணவன் என்ற ஸ்தானத்தில் அவரை வைக்கவில்லை. தனது தெய்வம் என்ற ஸ்தானத்தில், அதாவது தனக்கு எட்டாத ஒரு ஸ்தானத்தில் இருக்கும் ஒரு இலட்சியம் என்று கருதியவள். எட்டாதது என்ற நினைப்பில் பிறந்த பயம் கணவன் இஷ்டப்படி நடக்கத் தூண்டியதேயல்லாது அவரிடத்தில் தன்னை மறந்த பாசம், லயம் பிறப்பித்ததே கிடையாது.

"என்ன மீனா! உனக்கு எத்தனை தரம் அப்படிக் கூப்பிடக்கூடாது என்று சொல்லியிருக்கிறேன். கண்ணா! இப்படி வா! என்ன இப்படி கறிக்குழம்பு வைத்தாய்?" என்றார்.

"இல்லிங்களே, இப்படித்தான் எங்க வீட்டிலே பருப்புக் கொளம்பு வைப்பாங்க" என்றாள்.

"அதை அப்பொழுதே சொல்லி இருக்கக்கூடாதா? ஹோட்டலில் சாப்பாடு எடுத்து வரச்சொன்னால் போகிறது. அது கிடக்கட்டும். இப்படி வா!"

அவளை ஆரத்தழுவி தமது மடிமீதிருத்தி முத்தங்களைச் சொரிந்தார். மீனாள் செயலற்ற பாவைபோல் இடங்கொடுத்தாள். கணவன், கலெக்டர் என்ற பயம். அவர் இஷ்டம் போல் இருக்க வேண்டும் என்பதில் ஏற்பட்ட பயம்.

"என்ன மீனா நீ ஒரு முத்தமிடு."

மீனாள் தயங்கினாள். ஒரு பயந்த முத்தம் கோபாலய்யங்காரின் கன்னத்தை ஸ்பரிசித்தது.

"என்ன மீனா, இன்னும் பயமா? உன் பயத்தைப் போக்குகிறேன் பார். உனக்கு இரத்தமே இல்லையே. இந்த மருந்தைக் குடி" என்று ஒரு கிளாஸில் ஒயினை ஊற்றிக்கொடுத்தார். குடித்தாள். சிறிது இனிப்பும் காரமும்தான் தெரிந்தது. மறு நிமிஷம் உடல் பூராவாகவும் ஏதோ ஒன்று பரவுவது போல் பட்டது.

"என்னமாக இருக்கிறது?"

"கொஞ்சம் இனிச்சுக்கிட்டு காரமா இருந்துச்சு. என்னமோ மாதிரியா இருக்குதே?"

"என்னமாக இருக்கிறது?"

"நல்லாத்தான் இருக்குது" என்றாள்.

அவளும் வாலிபப் பெண்தானே. அதுவும் ஒயின் உதவியும் கூட இருக்கும் பொழுது அன்று சிறிது பயத்தை மறந்தாள். அன்று அவளுக்குக் கோபாலய்யங்காரின் மீது ஏற்பட்ட பாசம், வாலிபத்தின் கூறு. கோபாலய்யங்கார் மீனா தன்னைக் காதலிப்பதாக எண்ணி மகிழ்ந்தார்.

2

கோபாலய்யங்கார் சிறிது கஷ்டப்பட்டு ஒரு பிராமணப் பரிசாரகனை நியமித்தார். சம்பளம் இருபத்தைந்து ரூபாய் என்ற ஆசையும், கலெக்டர் அய்யங்கார் என்ற பயமும் இருந்தால் ஒரு ஏழைப் பிராமணன் அகப்படாமலா போகிறான்?

ஆனால் கலெக்டருக்கும் பரிசாரகனுக்கும் ஒரு சமரச ஒப்பந்தம். கோபாலய்யங்கார் தஞ்சை ஜில்லாவிற்குப் பூராவாகவும் ஏதேச்சாதிகாரியாக இருப்பது என்றும், சமையலறையைப் பொறுத்த மட்டில் பரிசாரகன் சுப்புவய்யர்தான் ஏதேச்சாதிகாரி என்றும், சமையலறைப்பக்கம் கலெக்டர் அய்யங்காரோ கலெக்டர் அம்மாளோ வரக்கூடாது, பாத்திரங்களைத் தொடக்கூடாது, இருவருக்கும் பரிமாறுவதும் சமையல் செய்வதும் சுப்புவைய்யரின் வேலை என்றும் திட்டமாயிற்று.

சாப்பாட்டுப் பிரச்னை ஒருவாறு முடிந்ததும், கோபாலய்யங்கார் தமது கலெக்டர் தொழிலையும் காதல் கனவையும் அனுபவிக்க முயன்றார். கலெக்டர் வேலை பரிச்சயமானது. ஆனால் காதல்...

மீனாளுக்குப் பயமும், கோபாலய்யங்காரின் மீது மோகமும்தான் இருந்து வந்தன. அதிலும், அவர் பயிற்சி செய்வித்த மருந்தில் கொஞ்சம் பிரேமையும் விழுந்திருந்தது.

ஒருநாள் சாயங்காலம்.

கோபாலய்யங்கார் ஆபீஸிலிருந்து வந்து, தமது ஆங்கில வேஷத்தைக் களைந்து கொண்டிருந்தார்.

அப்பொழுது மீனாள் அதை வேடிக்கை பார்த்துக்கொண்டிருந்தாள். அய்யங்கார் டிரஸ் செய்வதைப் பார்ப்பதில் அவளுக்கு ஒரு பிரேமை. ஆச்சரியம்.

கோபாலய்யங்கார் ஒரு முத்தத்தை எதிர்பார்த்தார். ஆசை இருந்தாலல்லவோ, பாசம் இருந்தால் அல்லவோ?

கோபாலய்யங்காருக்குச் சிறிது ஏமாற்றமாகவிருந்தது.

"மீனா! என் பேரில் உனக்குக் காதல் இருக்கிறதா?" என்றார்.

மீனாவுக்கு அர்த்தமாகவில்லை. சிறிது தயங்கினாள்.

"அப்படின்னா?"

கோபாலய்யங்காருடைய ஏமாற்றம் சிறிது கோபமாக மாறியது.

"என் பேரில் பிரியமில்லை போலிருக்கிறது!" என்றார்.

"என்ன சா .... என்னாங்க அப்படிச் சொல்லுறிய? உங்கமேலே புரியமில்லாமலா?" என்று சிரித்தாள் மீனாள்.

"வந்து இவ்வளவு நேரமாக ஒரு முத்தமாவது நீயாகத் தரவில்லையே!"

"எங்க ஜாதியிலே அது ஒண்ணும் கெடையாது இப்போ" என்றாள்.

கோபாலய்யங்காருக்குச் சுருக்கென்று தைத்தது. நல்ல காலமாக சுப்புவைய்யர் காப்பியைக் கொண்டுவந்து கொடுக்க உள்ளே நுழைந்தார். கோபம் அவர் மேல் பாய்ந்தது.

"தடியா காப்பியை வைத்துவிட்டுப் போ!" என்று இரைந்தார். அய்யங்காருக்குக் கொஞ்சம் 'டோஸ்' ஜாஸ்தி போலிருக்கிறது என்று நினைத்துக்கொண்டு போய்விட்டார் பரிசாரகர்.

நாட்களும் வெகுவாக ஓடின. கோபாலய்யங்கார் ஒரு பொம்மைக்குக் காதலுயிர் எழுப்ப பகீரதப் பிரயத்தனம் செய்து கொண்டிருக்கிறார். இதில் தோல்வி இயற்கையாகையால் மது என்ற மோகனாங்கியின் மீது காதல் அதிகமாக வளர ஆரம்பித்தது.

மீனாளுக்கு இந்தச் சாப்பாட்டுத் திட்டம் வெகு நாட்களாகப் பிடிக்கவில்லை. தான் பணிப்பெண்ணாக இருக்கும் பொழுது வேளாவேளைகளில் கிடைக்கும் பிராமண உணவு இப்போது வெறுப்பைத் தருவது அவளுக்கு ஆச்சரியமாக இருந்தது. தகப்பனார் வீட்டில் நடக்கும் சமையலைப் பற்றி ஏங்கவாரம்பித்தாள். தனக்குத்தானே சமைத்துக்கொள்ள அனுமதி கேட்கப் பயம். ஆபீஸ் பியூன் கோபாலக் கோனார் கலெக்டர் வீட்டு வேலைகளைக் கவனிக்க நியமிக்கப்பட்ட கிழவன். அவன் வேளாவேளைகளில் சாப்பாடு எடுத்துக்கொண்டு வந்து வீட்டுத்திண்ணையில் சாப்பிடும் பொழுது, அவளுக்கு நாவில் ஜலம் ஊறும்.

வீட்டினுள் இருந்து கண்ணீர் விடுவாள். அவளுக்குக் குழந்தையுள்ளம்; கேட்கவும் பயம்.

கோபாலக்கோனார் அனுபவம் உள்ள கிழவன். இதை எப்படியோ குறிப்பால் உணர்ந்து கொண்டான். ஒருநாள் ரகஸியமாக மாமிச உணவு தயாரித்து வந்து, அவளுக்குக் கொடுத்தான். அவளுக்கு அவன் மீது ஒரு மகளின் அன்பு ஏற்பட்டது. கோபாலக் கோனாருக்கு ஒரு குழந்தையின் மீது ஏற்படும் வாத்ஸல்யம் ஏற்பட்டது.

ரகஸியமாகக் கொஞ்சநாள் கொடுத்து வந்தான். ரகஸியம் பரமகேட்டை விளைவிக்கும் என்று உணர்ந்து மீனாளுக்கு ஒரு தந்திரம் கற்பித்தான். அய்யங்கார் போதையிலிருக்கும் பொழுது மாமிச உணவைப் பழக்கப்படுத்த வழி சொல்லிக்கொடுத்தான்.

மீனாள் பிராமணப்பெண் ஆவது போய், கோபாலய்யங்கார் இடையனானார்.

3

கோபாலய்யங்கார் மாமிசபட்சணியான பிறகு சுப்புவைய்யரின் ஏதேச்சாதிகாரம் தொலைந்தது. மீனாள் உண்மையில் கிரகலட்சுமி யானாள்.

இரண்டு வருஷ காலம் அவர்களுக்குச் சிட்டாகப் பறந்தது. மீனாளின் துணைக்கருவியாக கோபாலய்யங்காரின் மேல் நாட்டுச் சரக்குகள் உபயோகிக்கப்பட்டன.

தம்பதிகள் இருவரும் அதில் ஈடுபட்டதினால் மூப்பு என்பது வயதைக் கவனியாமலே வந்தது. மீனாளின் அழகு மறைந்து அவள் ஸ்தூல சரீரியானாள். கோபாலய்யங்கார் தலை நரைத்து வழுக்கை விழுந்து கிழப்பருவம் எய்தினார்.

இதை மறப்பதற்குக் குடி.

ஆபீஸிற்குப் போகுமுன் தைரியம் கொடுக்கக் குடி.

வந்ததும் மீனாளின் சௌந்தரியத்தை மறக்கக் குடி.

இப்பொழுது அவர்கள் தென்னாற்காட்டு ஜில்லாவில் இருக்கிறார்கள். இருவருக்கும் பங்களா ஊருக்கு வெளியிலே.

இரவு பத்து மணிக்கு அப்பக்கம் யாராவது போனால் கலெக்டர் தம்பதிகளின் சல்லாப வார்த்தைகளைக் கேட்கலாம்.

"ஏ! பாப்பான்!" என்று மீனாள் கொஞ்சுவாள்.

"என்னடி எடச்சிறுக்கி!" என்று கோபாலய்யங்கார் காதலுரை பகருவார்.

இருவரும் சேர்ந்து தெம்மாங்கு பாடுவார்கள்.

மீனாளின் 'டிரியோ, டிரியோ' பாட்டில் கோபாலய்யங்காருக்கு - அந்த ஸ்தாயிகளில் - பிரியமதிகம்.

■

கலியாணி

வாணிதாஸபுரம் என்பது ஒரு பூலோக சுவர்க்கம். ஆனால், இந்த சுவர்க்கத்தில் ஒரு விசேஷம். மேலே இருக்கும் பௌராணிகரின் சுவர்க்கம் எப்படியிருக்குமென்று அடியேனுக்குத் தெரியாது. ஆனால் இந்த சுவர்க்கத்தைப் பொறுத்தவரை, இது வாணியின் கடைக்கண் பார்வை ஒரு சிறிதும் படாத இடம் என்று எனக்குத் தெரியும்.

வாணிதாஸபுரத்திற்குப் போகவேண்டுமானால், ஜில்லா போர்டு ரஸ்தாவைவிட்டு மாமரம் நிறைந்த வாய்க்கால் கரைமேல் அரை பர்லாங்கு நடக்க வேண்டும். ரஸ்தாவின் கீழ்ப் பாரிசத்தில் ஊர். அதன் பக்கத்தில்தான், கிழக்கே பார்த்த சிவன் கோயிலில் தொடங்கி, பத்துப் பதினைந்து வீடுகள் உள்ள அக்ரகாரம். பிறகு ஊர்ப் பொட்டல். சற்று வட பாகமாகப் போகும் சந்து, பிள்ளைமார் சந்து. அதற்கப்புறம் மறவர்கள் தெரு. இவ்வளவையும் கடந்துவிட்டால், வேளாளர் தெருவின் தொடர்ச்சியான மறவர் தெருவின் கடைசிக்கு வந்துவிட்டால், வயலும் குளமும். குளம் தடாகமன்று, வெறும் மண் கரையிட்ட ஏரி. சுற்றிலும் கண்ணுக்கெட்டியவரை கழனிகள். வான வளையத்தைத் தொடும் மூலையில் பச்சை மரங்கள்.

வயல்களின் வழியாக இரண்டு மைல் நடந்தால் நதி. இரு கரையிலும் மருத மரமும் பனையும் கவிந்து நிற்கும். அதிலிருந்துதான் ஊரையொட்டிப் பாயும் வாய்க்கால் புறப்படுகிறது. வேனிற் காலத்தில் குளத்திலும், வாய்க்காலிலும் ஜலம் வற்றிவிடும். அப்பொழுது விடியற்காலையில் ஸ்நானம் செய்வதை இன்பமாகக் கருதுவோர்கள் வாணிதாஸபுரத்திற்கு வந்தால் இரண்டு மைல் நடையைத் துச்சமாகக் கருதுவார்கள்.

வாணிதாஸபுரம், வஞ்சனைச் சுழலிலும் தியாகப் பெருக்கிலும் செல்லும் நாகரிகத்தின் கறைகள் படியாதது. நாயக்கர்கள் காலத்தில் மானியமாகச் சிலருக்குக் கொடுக்கப்பட்ட காலத்திலிருந்து இன்றுவரை அழியாத, மாறுதல் இல்லாத, நித்திய வஸ்துப் போல, பழைய பழகிய பாதைகளிலேயே அது ஓடிக்கொண்டிருக்கிறது.

கிராமவாசிகள் உயிர் வாழ்தலைப் பொறுத்தவரை வெளியூருக்குச் செல்ல வேண்டிய அவசியம் கிடையாது. செல்வதுமில்லை. வேண்டியதெல்லாம் சாப்பாட்டிற்கும் துணிக்குந்தானே! உடையைப் பொறுத்தவரை 'கும்பினியான்' துணி வியாபாரத்தில்

அதிக நம்பிக்கை. கிராமவாசிகளுக்கு உலகம் எந்தத் திக்கில் செல்லுகிறது என்ற அறிவும் கிடையாது. அறிய ஆவலும் இல்லை. சனிக்கிழமைச் சந்தைக்கு இலை காய்கறிகளைத் திருநெல்வேலிக்குக் கொண்டு சென்று, விற்று முதல் செய்துவிட்டு, அன்று 12 மணி நேரத்தில் அரைகுறையாகக் கேட்டதை மறு சனிக்கிழமை வரை பேசிக்கொண்டிருப்பதில் திருப்தியடைந்து விடுவார்கள் அந்த மகாஜனங்கள்.

கோயில் பூஜை, உபாத்திமைத் தொழில், உஞ்சவிருத்தி என்ற சோம்பற் பயிற்சி - இவைதான் அங்குள்ள பிராமண தர்மத்தின் பிரதிநிதிகளின் வாழ்க்கை இலட்சியம். வேளாண்மை என்ற சோம்பர்த் தொழில் அங்குள்ள பிள்ளைமார்களின் குல தர்மம். மறவர்கள் ஏவின வேலையச் செய்தல், ஊர்க்காவல் என்ற சில்லறைக் களவு உட்பட்ட சோம்பல் தர்மத்தைக் கடைப்பிடித்தனர். பறைச்சேரி ஊரின் போக்குடன் கலந்தாலும், அல்லும் பகலும் உழைத்து உழைத்து, குடித்து, பேசிப் பொழுதைக் கழித்தது.

ஊருக்கு, கிராம முனிஸீப்பு சுந்தரம் பிள்ளை, பண்ணையார் ராமையாப்பிள்ளை, சுப்பிரமணிய பண்டாரம், சிவன் கோயில் அர்ச்சகர் சுப்புவையர் - இவர்கள் எல்லோரும் ‘பெரிய’ மனிதர்கள். எல்லோரும் ஏக மட்டம்; ஏனென்றால், தற்குறிப் பேர்வழிகள். அவர்களில் ‘மெத்தப் படித்தவர்கள்’ என்று கருதப்பட்டவரே பிரைமரியை எட்டிப்பார்க்கவில்லை. எழுத்துக்கூட்டி வாசிப்பார்கள். தமிழ்ப் படிப்புத் தெரியும் என்று கூறுவார்கள். ஆனால் வாழ்க்கைக்கு அவசியமான உலக அனுபவம் உண்டு. ‘படித்தவர்’களைப் போல் அவர்கள் வடிகட்டின அசடர்கள் அல்லர்.

2

அர்ச்சகர் சுப்புவையர் ஏறக்குறைய மெஜாரிட்டியைக் கடந்து விட்டவர். குழந்தை குட்டி கிடையாது. தமது 45வது வயதில் ‘மூத்தாளை’ இழந்துவிட, இரண்டாவது விவாகம் செய்துகொண்டவர். இளையாள் வீட்டிற்கு வந்து சிறிது காலந்தான் ஆகிறது. அவள் சிறு குழந்தை. 16 அல்லது 17 வயதுள்ள கலியாணி, சுப்புவையரின் கிரகத்தை மங்களகரமாக்கவே அவரது சமையற்காரியாகக் காலம் கழித்தாள்.

சுப்புவையர் மன்மதனல்லர். அதுவும் 50 வயதில் ஒருவரும் மன்மதனாக இருக்க முடியாது. விதிவிலக்காக ருசியான

பக்ஷணங்களுடன் விருந்து சாப்பிடும் யாரும் வயிற்றை ஆலிலை போல் ஒட்டியிருக்கச் செய்ய முடியாது. நரைத்த குடுமியுடன், பஞ்சாங்கத்திற்கு ஒத்தபடி க்ஷவரம் செய்துகொள்வதாகச் சங்கற்பமும் செய்து கொண்டால் நிச்சயமாக எவரும் மன்மதனாக இருக்க முடியாது.

சுப்புவையர் சாதுப்பேர்வழி; கோயிலுண்டு, அவருண்டு. வேறு எந்த ஜோலியிலும் தலையிடுகிறதில்லை. வேளைக்கு வேளை நாவிற்கு ருசியாக உணவு கொடுத்து, தூங்கும் பொழுது கால் பிடித்து விட்டு, தொந்தரவு செய்யாமலிருப்பதே மனைவியின் லட்சணம் என்று எண்ணுபவர். அதிலும் ஏறக்குறைய இருபது வருடங்களாகப் பழகி, திடீரென்று தன்னை விட்டுவிட்டு இறந்து போன மூத்தாள் மீது அபாரப் பிரேமை. அவருக்கு அது பழக்க தோஷம். அவளைப்போல் இனி யார் வரப்போகிறார்கள் என்ற சித்தாந்தத்தில், கலியாணியின் பாலிய அழகும் சிச்ருஷையும் தெரியாது போய்விட்டன.

கலியாணி - அவளும் ஏழைப்பெண்தான். உபாத்திமைத் தொழில் பார்த்து வந்த சாமிநாத கனபாடிகளின் மகள். அவ்வூரிலேயே பிறந்து, வெகு காலமாக மாமாவென்றும் சித்தப்பாவென்றும் அழைத்து வந்த ஒருவரைக் கணவராகப் பெற்றவள். ஏழையாகப் பிறந்தால் அழகாகப் பிறக்கக்கூடாது என்ற விதியிருக்கிறதா? கலியாணியின் அழகு, ஆளை மயக்கியடிக்கும் மோக லாகிரியில் பிறந்த காம சொரூபம் அன்று. நினைவுகள் ஓடி மறையும் கண்கள், சோகம் கலந்த பார்வை! அவளது புன்னகை ஆளை மயக்காவிட்டாலும் ஆளை வசீகரிக்கும். அப்படி வசீகரிக்கப்படாதவன் மண் சிலைதான். சுப்புவையரும் அவர் வழிபடும் லிங்க வடிவத்திலிருக்கும் விரிசடைக் கடவுளின் உருவச் சிலையின் ஹிருதயத் துடிதுடிப்பை ஏறக்குறையப் பெற்றிருந்தார். கலியாணி வாலைப் பருவத்தினள். அதிலும் இயற்கையின் பரிபூரண சக்தியும் சோபையும் கொந்தளிக்கும் நிலையிலுள்ளவள். எதற்கெடுத்தாலும் தன்னை மரக்கட்டையாகக் கருதி, இறந்த மூத்தாளின் பெருமையை நினைத்து உருகும் சுப்புவையரின் எண்ணங்களைத் தன் வசம் திருப்புவது என்று கங்கணம் கட்டிக் கொண்டவள்; அதாவது, உள்ளூர அவளறியாமலே இயற்கை அந்த வேலையில் அவளைத் தூண்டியது. அவர் வார்த்தைகள் அவளது வாலிப அழகின் முகத்திலடித்தன. அவரைக் கவர்ச்சிக்கக்கூடியபடியெல்லாம் தனது பெண்மைக் குணங்களைப் பயன்படுத்தினாள். சுப்புவையர் மசிகிற

பேர்வழியாகத் தெரியவில்லை. கலியாணியும் ஒரு பெண்ணாயிற்றே, அவளுக்கும் இயற்கையின் தேவையும் தூண்டுதலும் இருக்குமே என்ற ஞானம் சிறிதும் கிடையாது போயிற்று சுப்புவையருக்கு.

அப்பொழுதுதான் சைத்ரிகரான சுந்தர சர்மா அங்கு வந்தார்.

3

அப்பொழுது முன்வேனிற்காலம். பனி நீங்கிவிட்டது. வாய்க்காலில் ஜலமும் வற்றிவிட்டது. பயிர்கள் அறுவடையை எதிர்பார்த்துத் தலைசாய்ந்து நின்றன. குளத்தில் நீர் வற்ற இன்னும் இரண்டு மூன்று மாதமாகும். ஊருக்குக் குடிதண்ணீர் குளத்திலிருந்துதான். ஆற்றிற்கு நடக்க முடியாதவர்களும், நடக்கப் பிரியமில்லாதவர்களும், குளத்திலேயே ஜலம் எடுத்துக்கொள்ளுவார்கள்.

சுந்தர சர்மா அக்ரகாரத்தில் ஒரு காலிக் குச்சு வீட்டில் வாடகைக்கு இருந்துகொண்டு, சாப்பாட்டிற்குச் சுப்புவையர் வீட்டில் வாடிக்கை வைத்துக்கொண்டார். வரும் பொழுது அவர் மனம் களங்கமற்ற மத்தியான வானம் போல் இருந்தது. எப்பொழுதும் குளக்கரையிலோ அல்லது வாய்க்கால் கரையிலோ இருந்து கொண்டு, இரண்டு மூன்று மாட்டுக்காரப் பையன்கள் வேடிக்கை பார்க்கச் சித்திரம் தீட்டிக் கொண்டிருப்பது அவரது பொழுதுபோக்கு.

சில சமயங்களில் மத்தியானச் சாப்பாட்டிற்கு வர இரண்டு அல்லது மூன்று மணியாகிவிடும். சில சமயம் காலைச் சாப்பாடு இல்லாமலேயே சென்றுவிடுவார். வருவது எந்த நேரமென்பதில்லை.

கலியாணி அவரைத் தனது சகோதரன் போல் பாவித்து வந்தாள். ஆனால், உள்ளம் அவரைக் கண்டவுடன் பயத்தினால் சலிக்கும். அவர் வந்து இரண்டு மூன்று நாட்களுக்கு அவருக்குச் சாப்பாடு போடுவது என்றால் வியர்த்து விறுவிறுத்து முகஞ்சிவந்துவிடுவாள். காரணம், சர்மா வாணிதாஸபுரத்தினரைப் போல் அல்லாது, சற்று நாகரிகமாகவும் சுத்தமாகவும் உடையணிந்து கொள்வதுதான். ஆனால், அவரது கிராப்புத் தலை கழுத்து வரை வளர்ந்து மறைத்திருந்தாலும், எப்பொழுதும் சீர்குலைந்தே முகத்திலும் காதிலும் கிடக்கும். கறுத்த கண்கள் எப்பொழுதும் எதையோ சிந்தித்துக்கொண்டிருப்பது போல் எதையாவது நோக்கற்றுப் பார்த்துக் கொண்டிருக்கும்.

சர்மா சைத்ரிகராக இருந்தும் கலியாணியைப் பார்க்காதது ஆச்சரியம் என்று நினைக்கலாம். கனவுகள் அழுத்தும் உள்ளத்தைக் கொண்ட

அவர், சுப்புவையரின் இல்லத்தை மறைமுகமான ஹோட்டலாகக் கருதியதினால் சாப்பாடு முடிவது அவர் அறியாமலே நடந்து வந்தது. மேலும் சுப்புவையரின் வீடு ஜன்னல்களுக்குப் பெயர் போனதன்று. காற்றும் ஒளியும் உள்ளே எட்டிப்பார்க்கக்கூடாது என்று சங்கற்பம் செய்து கொண்ட சுப்புவையரின் மூதாதைகளில் ஒருவரால் கட்டப்பட்டது. பகலில் இருட்டு, இரவில் குத்துவிளக்கின் மங்கலான இருட்டு. சாதாரண காலத்திலேயே எதிரில் வருவது என்னவென்று உணர்கிற பழக்கமில்லாத சர்மாவுக்குப் புலப்படாமல் இவ்வளவு வெளிச்ச உதவியும் சுப்புவையரின் மனைவியை மறைத்து விட்டது அதிசயமன்று. மேலும் கலியாணிக்கு அதிகமாக வெளியில் நடமாடும் பழக்கம் கிடையாது. அவள் பொந்துக்கிளி. மேலும் குளம், வாய்க்கால்களுக்குக் கருக்கலிலேயே போய் வந்துவிடுவாள். இதனால் சர்மா கலியாணியைத் தினம் சந்தித்தாலும் பார்த்தது கிடையாது. அவருக்கு, அவளைப் பொறுத்தவரை, உணவு பரிமாறும் கருவளையணிந்த கைகள் மட்டிலும் தெரியுமோ என்னவோ!

4

அன்று சுந்தர சர்மா வருவதற்குச் சாயங்காலமாகிவிட்டது. காலையிலேயே சென்றவர், மத்தியான போஜனத்திற்குக்கூடத் திரும்பவில்லை. வரும்பொழுது நன்றாக இருட்டிவிட்டது. வரும் வழியிலேயே குளத்தில் குளித்துவிட்டு நேராகத் தமது குச்சுவீட்டிற்குச் சென்று உடைகளை மாற்றிக்கொண்டு, சுப்புவையரின் வீட்டை யடைந்தார். அன்று அவருக்குப் பசி.

சுப்புவையர் வெளித்திண்ணையில் உட்கார்ந்திருந்ததால் இவரைக் கண்டதும், "என்ன அய்யர்வாள் பகல்லே கூடச் சாப்பிடல்லை என்று சொன்னாளே; இப்படியிருந்தா உடம்பு என்னத்துக்கு ஆகும்?... அடியே, சர்மா வந்திருக்கார், இலையைப்போடு! இன்னும் விளக்கை ஏன் ஏற்றி வைக்கல்லை! நேக்குத் தெரியுமே! அவள் இருந்தா வீடு இப்படிக் கிடக்குமா? பகவான் செயல்!" என்று சொல்லிக்கொண்டே உள்ளே சென்று, குத்துவிளக்கின் மேல் இருக்கும் மாடக்குழியில் தீப்பெட்டியைத் தேடினார்.

சமையல் உள்ளிலிருந்த கலியாணியும் கையில் அகல்விளக்குடன் வந்து குத்து விளக்கை ஏற்றினாள்.

"என்னடி, விளக்கை ஏன் ஏற்றக்கூடாது? இவ்வளவு நேரமும் என்ன பண்ணினே?"

“ஏற்றினேனே! மங்கியிருக்கும் திரியைத் தூண்டாதிருந்து விட்டதினால் அணைந்துவிட்டது. சாதத்தை வடிச்சுண்டிருந்தேன்!” என்றாள் கலியாணி.

“சரி, சரி! எனக்குத் தெரியுமே! வீடும் வாசலும் கெடக்கிற கெடையைப் பார்த்தால் நன்னாயிருக்கு, பெருக்கிவிட்டுச் சீக்கிரம் இலையைப் போடு!” என்றார்.

கலியாணியின் முகம் சிவந்தது. அந்நியர்கள் முன்பாகவும் இம்மாதிரிப் பேசுகிறாரே என்று அவள் உள்ளங் கலங்கியது. ‘அவர் என்ன நினைப்பார்!’ என்ற நாணம், எல்லாம் சுருக்குச் சுருக்கென்று தைக்கும் வார்த்தைகள், இவை அவள் உள்ளத்தைக் குழப்பிவிட்டன. சரேலென்று உள்ளே சென்றுவிட்டாள். அவளுக்கு அழுகை அழுகையாக வந்தது.

“இன்று எங்கே போயிருந்தேள்?” என்றார் சுப்புவையர்.

“அணைக்கட்டுப் பக்கம் போயிருந்தேன். வேலை முடிவதற்கு நேரமாகிவிட்டது. மத்தியானம் வெயிலில் வருவானேன் என்று நினைத்தேன். நாளைக்கு அல்லது மறுநாளைக்குக் கொழுந்து மாமலைப் பக்கம் போகலாம் என்று நினைக்கிறேன். போவதை இப்பொழுதே சொல்லிவிட்டால் நீங்கள் காத்திருக்க வேண்டியதில்லையல்லவா?” என்று சிரித்தார் சர்மா.

இதற்குள் கலியாணி கதவோரத்தில் நின்றுகொண்டு, “என்ன செய்றேள்? செம்பில் ஜலம் வைத்திருக்கிறேன்!” என்றாள்.

“இந்தாருங்கள், கால் கைகளைக் கழுவிக்கொள்ளுங்கள்!” என்று சர்மாவிடம் ஒரு செம்பு ஜலத்தைக் கொடுத்துவிட்டுத் தானும் கால், முகம் கழுவினார்.

இருவரும் உள்ளே சென்று குத்துவிளக்கின் முன்பு போடப்பட்டிருந்த இலைகளின் எதிரே உட்கார்ந்து கொண்டனர்.

அன்று இருவருக்கும் பரிமாறுவதென்றால் பிராணன் போவது போலிருந்தது.

முதலில் சுப்புவையருக்குச் சாதத்தைப் படைத்தாள், கை நடுங்கியதினால் சிறிது சிதறிவிட்டது.

“எனக்குத் தெரியுமே! இப்படிச் சிந்திச் சிதறினால் வாழ்ந்தாற் போல்தான்! பார்த்துப் போடக்கூடாதா? போதும், போதும்!” என்றார். பிறகு மனத்திற்குள்ளாகவே, “அவள் இருந்தால்... கர்மபலன்!” என்று முனகிக்கொண்டார். இவ்வார்த்தைகள் கலியாணிக்குக்

கேட்டன. ஏற்கனவே குழம்பிய மனம் மேலும் கலங்கிவிட்டது. கைகள் இன்னும் அதிகமாக நடுங்கின.

சர்மாவுக்குப் படைப்பதற்காகக் குனிந்தாள். பதற்றத்தில் தட்டிலிருந்த சாதம் முழுவதும் இலையில் கவிழ்ந்துவிட்டது. சர்மா, 'போதும்' என்று இடைமறித்தார். அவரது புறங்கைமீது ஒருகுவியல் மட்டும் தடைப்பட்டு நின்றது. 'போதும்' என்று சொல்லிக்கொண்டிருக்கும் பொழுதே தட்டிக் கொண்டிருக்கும் பிரகிருதி அசடா அல்லது அதற்குக் குறும்பா என்று நோக்கினார். அவர் சற்று அண்ணாந்து பார்த்ததும் அவர் எதிர்பார்த்ததற்கும் விபரீதமான காட்சி! பயம் - கூச்சத்திலும், குத்து வார்த்தைகளிலும் ஏற்பட்ட பயம் - என்பது முகத்தில் எழுதி ஒட்டியது போல் மிரண்ட பார்வை!

அவர் பார்த்ததும் அவளுக்கு இன்னும் மிரட்சியதிகமாயிற்று. அந்தக் குழப்பத்தில் அவர்கள் கைகள் சந்தித்தன. அவள் கண்களில் ஆறுதலை எதிர்நோக்கும் குழந்தையின் வருத்தம்; அழுகை துடிதுடிக்கும் உதடுகள். ஒரு கணம் இருவரும் ஒரே பார்வையில் அசைவற்றிருந்தனர். மறுகணம் அவள் நிமிர்ந்து திரும்பிப் பாராது வேகமாக உள்ளே சென்றுவிட்டாள். சர்மாவின் உள்ளத்தில் அது ஒரு விலக்க முடியாத சித்திரமாகப் பதிந்தது.

மறுபடியும் கலியாணி எத்தனையோ தடவை வந்து பரிமாறினாள். ஆனால், ஒரு கணமாவது சர்மாவைப் பார்க்கவில்லை. ஆனால், சர்மா அவளது உள்ளத்தைத் துருவும் பார்வைகளைச் செலுத்தினார். அவை பாறைகளில் பட்ட கல்லைப் போல் பயனற்றுப்போயின. 'காரணம், காரணம்?' என்று அவர் உள்ளம் அடித்துக்கொண்டது. சாப்பிட்டுவிட்டுப் பேசாது நேரே தமது குச்சு வீட்டிற்குச் சென்று, தமது உள்ளத்துடன் போராடிக்கொண்டிருந்தார். அவரது உள்ளம் கலியாணியைத் தன்னுள் ஐக்கியமாக்கியது. அவள் அழகு சர்மாவின் சைத்ரிகக் கண்களுக்குப் பல நீண்ட காவியங்களாகத் தோன்றிற்று. அன்று இரவு முழுவதும் அவர் தூங்கவில்லை. தமது கனவுகளுடன் போராடிக்கொண்டிருந்தார்.

●●

அன்று சாப்பாடு முடிந்தவுடன் சுப்புவையர், வெற்றிலைச் செல்லத்தைக் கையில் எடுத்துக் கொண்டு, வெளியே வந்து உட்கார்ந்து கொண்டு வெற்றிலை போடலாம் என்று பெட்டியைத்

திறந்தார். வெற்றிலை பாக்கு எல்லாம் இருந்தன. ஆனால் சுண்ணாம்பு மட்டும் காய்ந்து காறைக் கட்டியாக இருந்தது. "ஜடம்!" என்று கூறிக்கொண்டே, "அடியே!" என்று உள்ளே தலையை நீட்டிக்கொண்டு கூப்பிட்டார். சமையல் உள்ளில் தனது மனத்துடன் போராடிக்கொண்டிருந்த கலியாணி, "என்ன?" என்று கேட்டுக்கொண்டே வெளியில் வந்தாள்.

"அட ஜடமே! உனக்கு எத்தனை நாள் சொல்லுவது - செல்லத்தில் எல்லாம் சரியாயிருக்கிறதாவென்று பார்த்து வை என்று? மூணாவது இல்லையே அர்த்தராத்திரியிலே யார் கொடுப்பார்கள்? போய் ஒரு துளி ஜலம் எடுத்துண்டு வா. ஒன்னைக் கட்டிண்டு அழறதைவிட ஒரு உருவத்தைக் கட்டிண்டு மாரடிக்கலாம். தொலை, சீக்கிரம். அவளும் போனாள், குடியும் குடித்தனமும் - எல்லாம் சொல்ல வேண்டியதில்லை!" என்று வைதார்.

கலியாணி உள்ளே சென்று, ஒரு டம்ளரில் ஜலம் கொண்டு வந்து வைத்துவிட்டு, அவர் பாயையும் தலையணையையும் எடுத்து உதறிக் கூடத்தில் விரித்துவிட்டு, மறுபடியும் உள்ளே சென்றுவிட்டாள்.

அன்று பசி வேறா வரப்போகிறது! அவள் மனம் எங்கெல்லாமோ சுற்றியது. சர்மாவைப் பற்றி அடிக்கடி அவளையறியாமல் அவள் உள்ளம் நாடியது. ஆனால், தனது கணவர் அந்நியர் முன்பும் இப்படிப் பேசுகிறாரே என்ற வருத்தம். ஏங்கி ஏங்கியழுதாள். அழுகையில் ஓர் ஆறுதல் இருந்தது போல் தெரிந்தது.

மறுபடியும் "அடியே!" என்ற சப்தம் "என்ன?" என்று கேட்டுக் கொண்டே எழுந்து சென்றாள்.

"இன்னும் சாப்பிட்டு முடியவில்லையா? இந்தக் காலைப்பிடி! அப்பா! முருகா! சம்போ, சங்கரா!" என்று கொட்டாவி விட்டுக்கொண்டே பாயில் படுத்துக்கொண்டார் சுப்புவையர்.

உட்கார்ந்து மெதுவாகக் காலைப் பிடித்துக் கொண்டேயிருந்தாள் கலியாணி. அவளுடைய கலங்கிய கண்களிலிருந்து ஒரு சொட்டுக் கண்ணீர் அவர் முழங்காலில் விழுந்தது.

"என்னடி, மேலெல்லாம் எச்சல் பண்றாய்? ஓரெழவும் தெரியல்லே, என்ன ஜன்மமடா?" என்றார்.

கலியாணி சற்று நேரம் மௌனமாக இருந்தாள். அவரிடம் ஒன்று கேட்க வேண்டுமென்று துணிச்சல் பிறந்தது.

"பாருங்கோ!" என்றாள்.

“உம், போதும் பிடித்தது!” என்றார் ஐயர்.

அவர் கையை மெதுவாக எடுத்துத் தன் மார்பின் மீது வைத்துக் கொண்டு, “அவாள் முன்னெல்லாம் என்னைப் பேசுகிறீர்களே! நான் என்ன செய்துவிட்டேன்?” என்று சிரிக்க முயன்றாள். கண்களிலிருந்து கண்ணீர் வந்தது. அவள் புன்னகை பரிதாபமாக இருந்தது.

“எதற்காக? உனக்குப் புத்தி வரத்தான்! என்ன சொல்லியும் ஒன்றும் உறைக்கவில்லையோ அவள் இருந்தாளே, ஒரு குறையுண்டா? எல்லாம் கணக்கா நடந்தது. கிரகலட்சுமி என்றால் அவள்தான். சொன்னால் போதுமா?”

“அவள், அவள் என்கிறீர்களே? நான் என்ன செய்துவிட்டேன்? இப்படித் திரும்பிப் பாருங்கோ! இப்படியிருக்கும் பொழுது சொன்னால் கேக்கமாட்டேனோ!”

“கையை விடு! எனக்குத் தூக்கம் வந்துடுத்து. என்னைப் படுத்தாதே!” என்று சொல்லிவிட்டுச் சுவர்ப்புறம் திரும்பிக்கொண்டு குறட்டை விடலானார்.

கலியாணிக்கு நெஞ்சில் சம்மட்டியால் அடித்தது போல் இருந்தது. தனது ஸ்பரிசம் சிறிதாவது அவரை மனிதனாக்கவில்லையே என்றதில் ஒரு ரோஷம் சிறிது கோபமும் கூட. அன்று முழுவதும் அவளுக்குத் தூக்கமே வரவில்லை. அவள் உள்ளம் எண்ணங்களுடன் போராடிக்கொண்டிருந்தது.

அன்று முழுவதும் கலியாணிக்குத் தூக்கம் எப்படி வரும்! தூரத்திலே, எங்கிருந்தோ ஒரு வெளிச்சம் தன்னை அழைப்பது போல் ஓர் உணர்வு. அது தன்னை வாழ்விக்குமோ அல்லது தகித்துவிடுமோ என்ற பயம் அவளைத் தின்றுகொண்டிருந்தது.

கணவர் தன்னிடம் என்ன குறை கண்டார்? ஏன் இப்படி உதாசீனமாக இருக்கவேண்டும்? அதற்குக் காரணம் தனது குறையா அல்லது அவரது... அவருக்குக் குறை எப்படிச் சொல்ல முடியும்?

இப்படியே அவள் அன்று முழுவதும் தூங்கவில்லை. பாயில் படுத்துப் புரண்டு கொண்டிருந்தாள். சற்று ஒருபுறமாகப் புரண்ட சுப்புவையர் பிரக்ஞையில்லாது கையைத் தூக்கிப்போட்டார். அது அவள் மார்பில் அம்மிக்குழவி மாதிரிப் பொத்தென்று விழுந்தது. மயக்கம் கலைந்தது. பயம்! பிறகு புருஷனின் கைதான் என்ற உணர்ச்சி. அதில் ஒரு சாந்தி பிறந்தது. அந்தப் போதையில் அவளுக்குக் கண் கிறங்கியது. தூங்கிவிட்டாள். நடைமுறை

உலகத்தில் இல்லாவிட்டாலும், கனவு உலகத்திலாவது கணவன் சிரித்த முகத்துடன் பேசிக்கொண்டிருப்பது போல் அன்று அவளுக்குத் தோன்றியது.

காலையில் கலியாணி எழுந்திருக்கும் பொழுது என்றும் இல்லாதபடி வெகுநேரமாகிவிட்டது. எழுந்ததும் குடத்தை எடுத்துக்கொண்டு நேராகக் குளக்கரைக்குச் சென்றாள்.

5

அன்று இரவு முழுவதும் சுந்தரசர்மாவுக்குத் தூக்கம் பிடிக்கவில்லை என்றால் வியப்பில்லை. இத்தனை நாட்களும் தமது மனத்திரையை விலக்கி அவளைப் பார்க்காததற்கு ஆச்சரியப்பட்டார். அந்த ஆச்சரியம் அவரை எங்கெங்கோ இழுத்துக்கொண்டு சென்றது. அவரோ சைத்ரிகர் - அழகுத் தெய்வத்தின் அடிமை! கலியாணியின் சோகம் தேங்கிய கண்கள் அவருக்குக் கற்பனைக் கதையாக, காவியமாகத் தெரிந்தது. அன்று இரவு முழுவதும் உள்ளம் கட்டுங்கடங்காமல் கொந்தளித்தது.

சுப்புவையர், பாவம், அது ஒரு பிரகிருதி. அவர் வசம் கலியாணி பிணிக்கப்பட்டால் விதியின் அற்பத்தனமான லீலைகளை உடைத்தெறிய ஏன் மனம் வராது? அவரை மனிதனாகவே சர்மா நினைக்கவில்லை. அவரது சிறையிலிருந்து அவளை விடுவிக்க வேண்டும் என்று அவர் நினைத்தார். அதில் கலியாணியின் சம்மதம் - அதைப் பற்றிக்கூட அவருக்கு அதிகக் கவலையில்லை.

அவளை அழைத்துக்கொண்டு சென்றுவிட்டால்... வாழ்க்கை எவ்வளவு இன்பமாக இருக்கும்! இலட்சியத்திற்கு அவள் எவ்வளவு பெரும் ஊக்கமாக இருப்பாள். மனிதப் புழுக்களே இல்லாத, மனிதக் கட்டுப்பாடற்ற, மனித நாகரிகம் என்ற துர்நாற்றம் வீசாத கானகத்தில் வாழ்க்கையையே ஓர் இன்பப் பெருங்கனவாகக் கழித்தால் என்ன?

அன்று முழுவதும் அவர் உள்ளத்தில் ஓடிய எண்ணங்கள் ஒரு நிரந்தரப் பைத்தியக்காரனுடைய உள்ளத்தையும் தோற்கடித்துவிடும். இரவு முழுவதும் விளக்கு அணைக்கப்படவில்லை. மூலையில் சன்னலை யொட்டியிருந்த நாற்காலியில் உட்கார்ந்துகொண்டு விளக்கையே கவனித்துக்கொண்டிருந்தார். விளக்கின் சிமினி கரி பிடித்து மேலே புகையடைந்து வெளிச்சத்தை அமுக்கியது. இரண்டு நிமிஷம் விளக்கு 'பக் பக்' என்று குதித்தது. அவ்வளவுதான்,

அதுவும் அணைந்துவிட்டது.

அறை முழுவதும் இருட்டு. உள்ளே உட்கார்ந்திருக்க முடியவில்லை. மேல் வேஷ்டியை எடுத்துப் போட்டுக்கொண்டு வெளியே சென்றார். விடிந்துவிட்டது. ஆனால், நட்சத்திரங்கள் மறையவில்லை. கிழக்கே சற்று வெளுப்பு - வெள்ளைக் கீறல் மாதிரி.

சர்மாவுக்குக் காலையில் நடப்பது மனத்திற்கு நிம்மதியாகவிருந்தது. அவர் வாய்க்கால் கரை வழியாகவே நடந்து கொண்டிருந்தார். சற்றுத் தூரம் சென்றவுடன் வயல் வரப்புகளின் மீது நடக்க ஆரம்பித்தார். தேகந்தான் ஏதோ யந்திரம் மாதிரி நடந்து கொண்டிருந்தது. மனம் மட்டும் தங்குதடையின்றிக் கலியாணியின் பின் சென்றுவிட்டது. கலியாணியை அழைத்துச் சென்றுவிட்டால்? அதற்கு இசைவாளா? அதற்கு என்ன சந்தேகம்? பிறகு எங்கு போவது? எங்கு போனால் என்ன - மனிதன் இருக்கும் இடத்தைத் தவிர...?'

சூரியோதயமாகிவிட்டது. முகத்திற்கு நேரே வெய்யில் விழுந்து கண்கூச ஆரம்பித்ததும், சர்மாவுக்கு 'வெகுதூரம் வந்துவிட்டோம்' என்ற எண்ணம் தோன்றியது. உடனே திரும்பி, குளத்தில் குளித்து விட்டுப் போவதென்று அப்பக்கமாகத் திரும்பி நடந்தார்.

வெய்யிலின் சூடு நிமிஷத்திற்கு நிமிஷம் அதிகமாகிறது. முதுகு பொசுக்கப்படுதுபோல் காலை வெய்யில் தகிக்கிறது.

அப்பா!

குளக்கரை வந்து விட்டது. குனிந்து கொண்டு மேட்டில் ஏறி, கரையின் மீது வளர்ந்திருந்த மரத்தடியில் நின்று முகத்தைத் துடைத்துக் கொண்டார். இரண்டு மூன்று வினாடிகளில் கண் கூச்சம் விலகியது. குளத்தில் யாருமில்லை.

யாருமில்லையா!

மரத்தின் மறைவில், ஜலத்தில் நின்று கொண்டு கலியாணி தனது ஈரப்புடவையைப் பிழிந்து உடுத்திக்கொண்டிருந்தாள். ஈரம் சொட்டும் கூந்தல் முதுகை மறைத்தது. கன்னத்திலும் தோளிலும் குளக்கரையில் நன்றாக விளக்கிவைத்திருந்த குடத்திலும் கிளைகளின்ஊடே பாய்ந்த சூரியவொளி பிரதிபலித்து மின்னியது. "அப்பா! வர்ணப் பெட்டியும் படம் எழுதும் திரைச்சீலையும் எடுத்து வரவில்லையே!" என்று நினைத்தார் சர்மா. கலியாணிக்கு அவர் இருப்பது தெரியாது. தனிமை என்ற மன மறைவில் தனது ஈரப்புடவைகளை எடுத்து உதறிக் கொசுவி உடுத்திக்கொண்டாள். ஈரப்புடவையில் நின்ற

அந்த அழகு அவருக்கு மஜும்தாரின் சித்திரத்தை நினைவூட்டியது. குனிந்து குடத்தை எடுத்து இடுப்பில் வைத்துக்கொண்டு கலியாணி கரையேறுவதற்குத் திரும்பினாள். அவள் முன்பு சர்மா வைத்த கண் மாறாமல் பார்த்துக் கொண்டிருப்பதைக் கண்டதும் திகைத்து விட்டாள். முகம் முழுவதும் சிவந்துவிட்டது. கண்கள் மிரண்டு அவரையே வெறித்து நோக்கின.

போவது என்றால் அவரைக் கடந்து போக வேண்டும். மனம் குழம்பியது. என்ன செய்வது? என்ன செய்வது? வெட்கம் தலைகுனியச் செய்துவிட்டது.

சர்மாவுக்கு அவளிடம் பேசவேண்டுமென்ற ஆசை. எப்படிப் பேசுவது? என்ன சொல்லுவது?

“நான் இன்று கொழுந்து மாமலைப் பக்கம் போகிறேன். நேற்றுப்போல் இன்றைக்கும் பட்டினியாக இருந்து விடாதீர்கள். நான் வராவிட்டால் பட்டினி இருப்பதாவது. அதென்ன பைத்தியக்காரத் தனம்.” என்று சிரித்தார். அவர்கள் உள்ளம் இருந்த நிலையில், இம்மாதிரியான பேச்சு, அபாயகரமான துறைகளிலிருந்து விலகி நிம்மதி அளிப்பது போல் ஒரு பிரமையை உண்டுபண்ணியது.

கலியாணிக்கு இவ்வார்த்தைகள் கொஞ்சம் தைரியத்தையளித்தன. அவரிடம் பேசுவதற்கு மனம் ஆவல் கொண்டது. உள்ளத்தின் நிம்மதி கன்னத்தின் சிவப்பைச் சிறிது குறைத்தது.

“ஆண்பிள்ளைகள் சாப்பிடுமுன் கொட்டிக்கொண்டு, அவர்களுக்குக் கல்லையும் மண்ணையுமா போடுவது? இப்பவே போறேளா? காலையிலே ஏதாவது சாப்பிட வேண்டாமா? அங்கு சாப்பாட்டிற்கு...” என்றாள்.

“இப்பொழுது சாப்பிட வருகிறேன். மத்தியானத்திற்கு என்ன? அதை நான் பார்த்துக்கொள்ளுவேன். ஏது இவ்வளவு நேரம்? எப்பொழுதும் அருணோதயத்தில் ஸ்நானம் ஆய்விடுமோ?” என்றார்.

அதற்கு அவள் ஒன்றும் பதில் சொல்லவில்லை. அவள் முகம் மறுபடியும் சிவந்தது. இரவு பட்ட வேதனையும் ஓடிய எண்ணங்களும் மறுபடியும் அவள் மனத்தில் தோன்ற ஆரம்பித்தன.

அவரைப் பரிதாபகரமாகப் பார்த்துவிட்டுக் கரையேறி, வீட்டை நோக்கி நடந்தாள். அவரைத் தாண்டிச் செல்லும்பொழுது அவள் ஈரப்புடவை அவர்மீது பட்டது. சர்மாவுக்கு அவளை அப்படியே பிடித்து ஆலிங்கனம் செய்யக் கரங்கள் துடித்தன. ஆனால், தமது

கனவுக்கோட்டை இடிந்து பாழாகிவிட்டால் என்ன செய்வது என்ற பயந்தான் அவரைத் தடுத்தது.

சர்மா குளித்துவிட்டு நேராகக் கலியாணியின் வீட்டையடைந்தார். அப்பொழுது சுப்புவையர் கோவிலுக்குச் சென்றுவிட்டார். வீட்டில் கலியாணியைத் தவிர வேறு ஒருவருமில்லை.

இவ்வரவை எதிர்பார்த்திருந்த கலியாணி, இலையைப் போட்டுச் சுடுசாதம் எடுத்து வைத்தாள்.

"என்ன! ஏது, இதற்குள் சமையலாகிவிட்டது? ஏன் இவ்வளவு அவசரம்!" என்றார் சர்மா. அவருக்குச் சாப்பாடு செல்லாததற்குக் காரணம் பசியின்மையன்று.

"இன்னும் கொஞ்சம் குழம்பு போட்டுச் சாப்பிடுங்கள்" என்றாள் கலியாணி. அன்று அவளுக்கு வாய்ப்பூட்டுத் திறக்கப்பட்ட மாதிரி இருந்தது. அவரிடம் பேசுவதில் ஓர் ஆறுதல்.

"காலையில் சுடுசாதம் சாப்பிட முடியுமா?... அவர் எங்கே? கோவிலுக்குப் போயிருக்கிறாரா? எப்பொழுது வருவார்?.... கொஞ்சமாகப் போடுங்கள், போதும்" என்றார்.

சாப்பாடு முடிந்தது. கை கழுவ ஜலம் வெளியில் வைக்கப்பட வில்லை. பாத்திரத்தை எடுத்துக்கொண்டு சமையலறைக்குள் சென்ற கலியாணி வரச் சிறிது தாமதமாயிற்று. சர்மா பின்புறம் சென்று கை கழுவிக்கொண்டு, சமையலறைப் பக்கமிருந்த தாழ்வாரத்தின் பக்கம் வந்தார்.

"ஐயோ! ஜலம் வைக்க மறந்துவிட்டேனா! இந்தாருங்கள், இதை மத்தியானத்திற்கு வைத்துக்கொள்ளுங்கள்!" என்று ஒரு சிறு பொட்டலத்தைக் கையில் கொடுத்தாள்.

"இதென்ன? எனக்கு ஒன்றும் வேண்டாம் என்றேனே!" என்றார்.

"தோசை கொஞ்சந்தான் வைத்திருக்கிறேன். மத்தியானம் பூராவும் பட்டினியிருக்கவாவது?" என்றாள் கலியாணி.

அதை எடுத்துக்கொள்ள வேண்டும் என்று கெஞ்சுவது போல் அவளுடைய கண்கள் அவரை நோக்கின.

சர்மா, 'கலியாணி' என்று கம்மிய குரலில் அவளையழைத்துவிட்டு, அப்படியே இழுத்து ஆலிங்கனம் செய்து அதரத்தில் முத்தமிட்டார். கலியாணியும், கட்டுண்ட சர்ப்பம் போல் தன்னையறியாது கொந்தளித்த உள்ளத்தின் எதிரொலிக்குச் சிறிது செவிசாய்த்து விட்டாள். பிரக்ஞை வந்தது போல் நடைமுறைச் சம்பிரதாயங்கள் அவளைத் தாக்கின.

தனது வலிமையற்ற கைகளால் பலமுள்ளவரை அவரை நெட்டித் தள்ளிவிட்டு, முகத்தைத் திருப்பி, "என்னை விட்டுவிடுங்கள்!" என்று பதறினாள்.

சர்மா தனது கைகளை நெகிழ்த்தினார். கலியாணி விலகி நின்று கொண்டு, "என்ன போங்கள்!" என்று அவரைத் தண்டிப்பது போல் நோக்கினாள்.

சர்மா, "கலியாணி , நான் சொல்வதைக் கேள்!" என்று மறுபடியும் நெருங்கினார். கலியாணி சமையலறைக்குள் சென்று தாளிட்டுக் கொண்டாள். உள்ளிருந்து விம்மி விம்மி அழும் குரல் கேட்டது.

"கலியாணி! கலியாணி!"

பதில் இல்லை.

சர்மாவும் கலங்கிய உள்ளத்துடன் வெளியே சென்றார். கொழுந்து மாமலைக்குச் செல்வது அவருக்கு நிம்மதியை யளிக்கலாம்.

6

கலியாணிக்கு அன்று முழுவதும் மனம் ஒன்றிலும் ஓடவில்லை. முதலில் பயம், தவறு என்ற நினைப்பில் பிறந்த பயம். ஆனால், சர்மாவின் ஸ்பரிசம் அவள் தேகத்தில் இருந்து கொண்டிருப்பது போன்ற நினைவு சுகமாயிருந்தது. அவள் உள்ளத்தின் ரகசியத்தில் சர்மாவின் ஆசைகள் எதிரொலித்தன.

அன்று முழுவதும் அவளுக்கு ஓரிடத்திலும் இருப்புக் கொள்ள வில்லை. சுப்புவையர் மத்தியானம் வந்தார். அவருடைய இயற்கைப் பிரலாபத்துடன் போஜனத்தை முடித்துக்கொண்டு நித்திரை செய்ய ஆரம்பித்தார்.

கலியாணிக்கு அவரைப் பார்க்கும் பொழுதெல்லாம் பரிதாபமாக இருந்தது. தன்னை 'மூத்தாளைப்போல்' இருக்கவில்லை என்று வைதாலும், தன்மீது ஓர் அந்தரங்கமான நம்பிக்கை வைத்திருப்பதால் அதை மோசம் செய்வதா என்று எண்ணினாள்.

கலியாணிக்கு இரண்டையும் ஏக காலத்தில் பிரிய மனமில்லை. வீடு, பேச்சு, சம்பிரதாயம் இதையெல்லாம் உடைக்க மனம் வரவில்லை. சுப்புவையரை ஏமாற்றவும் மனம் துணியவில்லை. இருளில் வழி தெரியாது தவிக்கும் பாதசாரி, ஏதாவது ஒன்றைத் தனது நம்பிக்கைக்குப் பாத்திரமானது என்று சங்கற்பித்துக்கொண்டு அதை நோக்கிச் செல்லுவது போல், தன் கணவர் நித்தியம் பூஜை செய்யும் கோவிலுக்குச் சென்று கலங்கிய உள்ளத்திற்குச் சாந்தியை

நாடினாள். கோவில் மூலஸ்தானத்தின் இருளுக்கு இவளது மன இருள் தோற்றுவிட்டதாகத் தெரியவில்லை. மூலஸ்தானத்தின் மங்கிய தீபவொளியில் லிங்கம் தெரிவதுபோல் சர்மாவின் முகம்தான் அவள் அகத்தில் பிரதிபலித்துக் கொண்டிருந்தது.

அன்று இரவு கலியாணி சுப்புவையர் பக்கத்தில் உட்கார்ந்து கால் பிடித்துக்கொண்டிருக்கும் பொழுது, அதிகாலையில் எழுந்து ஆற்றிற்குச் சென்று குளித்து விட்டு வருவதற்கு அனுமதி கேட்டாள். காரணம், சர்மாவின் மீது ஆசையிருந்தாலும் அவரைச் சந்திக்காதிருக்க வேண்டுமென்ற நினைப்பு.

"விடியக் காலத்தில் ஏன் நதிக்கு...?" என்றார் சுப்புவையர்.

"குளத்தில் ஜலம் வற்றி நாற்றமெடுக்கிறதே என்று யோசித்தேன்!" என்றாள்.

"சரி, சரி. போயிட்டு வாயேன்; அதுக்கென்ன கேள்வி வேண்டியிருக்கு? நேக்குத் தூக்கம் வருகிறது. சும்மா தொந்தரவு செய்யாதே!" என்று மறுபடியும் திரும்பிப் படுத்துக் கொண்டார்.

கலியாணிக்கு அன்று இரவு முழுவதும் உறக்கம் வரவில்லை. சர்மாவை நினைக்கும் பொழுதெல்லாம் ஒரு மகிழ்ச்சி. அவர் மறுபடியும் தன்னைத் தழுவமாட்டாரா என்ற ஆசை. இப்படியே தன் பொருளற்ற கனவுகளிடையே அவள் தூங்கினாள்.

●●

கொழுந்து மாமலைக்குச் சென்ற சர்மாவுக்கு வேலை ஓடவில்லை. அன்று முழுவதும், கலியாணி என்ன நினைப்பாளோ, அவளை மறுபடியும் எப்படிப் பார்ப்பது என்பதே யோசனை. அன்று இரவு முழுவதும் காட்டிலேயே இருந்துவிட்டார். அப்பொழுதும் சாந்தி பிறக்கவில்லை. அதிகாலையில் சென்று சாமானை எடுத்துக்கொண்டு ஊரைவிட்டே போய்விடுவது என்று நினைத்துக்கொண்டு திரும்பினார்.

கொழுந்து மாமலை ஆற்றுக்கு அக்கரையில் இருந்தது. ஊருக்கு வரவேண்டுமானால் ஆற்றைக் கடந்துதான் வரவேண்டும். மணி மூன்று இருக்கும் பொழுது ஆற்றங்கரையையடைந்தார். மனத்தில் சாந்தி பிறக்கவில்லை. உள்ளம் பேய் போலச் சாடியது.

இன்னும் நன்றாக விடியவில்லை. ஆற்றில் யாரோ துணி துவைப்பது போலச் சப்தம். இவ்வளவு அதிகாலையில் அங்கு யார் வர முடியும்?

"யாரது?" என்றார்.

"யாரது?" என்ற பதில் கேள்வி பிறந்தது.

குனிந்து துவைத்துக்கொண்டிருந்த உருவம் நின்றது. ஒரு பெண் - கலியாணி!

"கலியாணி! நீயா இங்கு!... இந்த நேரத்தில்! பயப்படாதே! நான்தான் சர்மா!"

"நீங்களா!"

அவள் சொல்லி முடியுமுன் சர்மா அவளை அப்படியே தழுவிக்கொண்டார். அவள் விலக முயன்றாள். இருவரும் தடுமாறிப் பாதி ஜலத்திலும் பாதி மணலிலும் விழுந்தனர். கலியாணியின் முகத்திலும் அதரத்திலும் மாறி மாறி முத்தமிட்டார். கலியாணி தடுக்கவில்லை. அவருடைய போக்கிற்கெல்லாம் தடை செய்யவில்லை.

சற்று நேரம் கழிந்தது.

"கலியாணி!"

"என்ன?"

"என்னுடன் வந்துவிடு! இந்த மனித நாற்றமே அற்றவிடத்திற்குச் சென்றுவிடுவோம்!"

"ஐயோடி! அது முடியாது!"

அந்த மங்கிய வெளிச்சத்திலும் அவளது மிரண்ட பார்வை மின்னியது.

"பிறகு...?

"எனக்கு ஒன்றும் தெரியவில்லை. நீங்கள் சொல்லுகிற மாதிரி... அதற்குப் பயமாக இருக்கிறது!"

சர்மாவுக்கு உலகம் அர்த்தமற்ற கேலிக்கூத்துப் போலும், அசட்டுத்தனம் போலும் பட்டது.

"கலியாணி, நான் போகிறேன்!" என்றார்.

"எங்கே? போகவேண்டாம்! இங்கேயே இருந்துவிடுங்கள்!"

"சீ! அது முடியாத காரியம். என்னுடன் வா!" என்று கையைப் பிடித்தார்.

"முடியாது!"

மறுபடியும் அக்கரைப் பக்கம் ஒரு மனித உருவம் சென்று இருளில் மறைந்தது.

கலியாணியின் வாழ்க்கை - அலையில் ஒரு குமிழி உடைந்து போயிற்று.

■

புதிய கூண்டு

1

அருவங்குளம் என்ற நாரணம்மாள்புரம் தாமிரவருணியின் வடகரையில் ஒரு சிறு கிராமம். சுற்றிலும் தோப்புத்துரவு; கண்ணுக்கெட்டிய வரையில் வயல்கள்; அதாவது, திருநெல்வேலி ஜில்லாவின் வசீகர சக்தியின் ஒரு பகுதி அது.

சாயங்காலம்.

வேனிற்கால ஆரம்பமாகையால் இரண்டாவது அறுவடை சமீபித்து விட்டது. பயிர்கள் பொன்னிறம் போர்த்து, காற்றில் அலை போல் நிமிர்ந்து விழுந்து, ஆகாயத்தில் நடக்கும் இந்திர ஜாலங்களுக்குத் தகுந்த, அசைந்தாடும் பொற்பீடமாக விளங்கியது.

அகன்ற மார்பில் யக்ஞோபவீதம் போல் ஆற்றில் நீர் பெயருக்கு மட்டிலும் ஓடிக்கொண்டிருந்தது. நீர், ஸ்படிகம் போல் களங்கமற்று மனிதனைக் குனிந்து அள்ளிக் குடிக்கும்படி வசீகரித்தது.

ஆற்றுமணலில் பள்ளிக்கூடத்திலிருந்து திரும்பும் இரு மாணவர்கள் நடந்துகொண்டிருந்தனர். இருவருக்கும் ஒரு கையில் புஸ்தகம், மற்றொரு கையில் போஜனப் பாத்திரம் என்ற மாணவ சின்னங்கள். இருவரும் 'குடுத்துணி' மட்டும் அணிந்து இடையில் ஒரு நாட்டு வேஷ்டி கட்டியிருந்தனர். ஒருவன் மூத்தவன்; இன்னொருவன் சற்று வயசில் குறைந்தவன். இருவரும் சகோதரர் என்பதைக் கேட்டுத் தெரிந்துகொள்ள வேண்டியதில்லை; முகத்தோற்றமே தெரிவிக்கும். இருவரும் நல்ல அழகர்கள். மூத்தவன் அதிதீக்ஷண்ய புத்தியுடையவனாயினும் கறுத்த கண்களும் கூரிய நாசியும் சற்று அகன்ற நெற்றியும் சற்றுத் தடித்த ஆனால் அழகான உதடுகளும் அவன் சிறிதே உணர்ச்சிவசப்படுகிறவன் என்பதைத் தெரிவித்தன. தம்பியின் மெல்லிய உதடுகள் திடசித்தமும் எதையும் தனது அறிவுத் தராசில் போட்டு நிறுக்கும் உறுதியும் உடையவன் என்பதையும் தெரிவித்தன. இருவரும் ஒற்றைநாடியான சரீரம். அவர்கள் குடுமி, தற்கால அழகுணர்ச்சியைத் திருப்தி செய்யாமல் குறுக்கே விழுந்தாலும், பொதுவாக அவர்களைப் பார்த்ததும் அழகர்கள் என்பதை எடுத்துக்காட்டத் துணைபுரிந்தன.

இருவரும் மிக வேகமாக நதியைக் கடந்தனர். முகத்தின் சோர்வும் களைப்பும் அவர்களைப் பேசவிடாமல் தடுத்து, வீடு என்ற ஒரே எண்ணத்தை மனசில் நிறுத்தியதால் அவர்கள் மிக வேகமாகச் சென்றார்கள்.

தோப்பைத் தாண்டியதும் திடீரென்று ஒரு வரிசை வீடுகள்; தெருவின் மேற்குக் கோடியில் ஒரு கோயில்; அதுதான் நாரணம்மாள்புரம் என்ற அக்கிரகாரம்.

நாரணம்மாள்புரம் மகாவிஷ்ணுவின் பெயரை வைத்துக்கொண்ட மட்டிலேயே திருப்தியடைந்தது. செல்வம் என்பது என்னவென்று கேட்கக்கூடிய மாதிரி அதன் சகோதரனின் ஆதிக்கம் அங்கே தாண்டவமாடியது.

●●

மீனாட்சியம்மாள் ஒரு விதவை. தகப்பனார் வீட்டில் தரித்திரம். புக்ககம், நம்பிக்கையைக் கொண்டு உயிர் வைத்திருக்க வேண்டிய இடம். போதாததற்கு இரண்டு ஆண் குழந்தைகளின் பொறுப்பை அவள் தலையில் சுமத்திவிட்டு, அவள் கணவன் இந்த உலகத்தை நீத்தார். அந்த மட்டில் பெண் சுமையை ஏற்றாமல் போனாரே என்ற ஆறுதல்தான் அவளுக்கு.

மீனாட்சியம்மாள், இட்டிலி, முறுக்கு, அப்பளம் இட்டு அவைகளிலே தன் இரண்டு பொறுப்புக்களின் சம்ரட்சணையையும் நடத்தி வருகிறாள். பாதிரிகளின் பள்ளிக்கூடத்துப் புண்ணியவான்களின் உதவியால் தன் புத்திரர்களுக்குக் கல்வி என்ற மகத்தான கண் திறக்கப்படுவதற்காகத் தனது பூஜைகளில். அவர்களுக்காகக் குல தெய்வத்தை மீனாட்சியம்மாள் தொழுது வந்தாள். இப்பொழுதும் வெள்ளைக்காரன் என்றால் மீனாட்சியம்மாளுக்குத் தெய்வத்திற்கு நிகர். தன் புத்திரர்களுக்குக் கல்வியை இலவசமாகப் போதிக்கும் தயாநிதிகளை யார்தாம் போற்றாமல் இருப்பார்கள்!

வீட்டு முற்றத்தில் ‘அம்மா’ என்ற குரல் தன் புத்திரர்கள் வந்து விட்டார்கள் என்பதைத் தெரிவித்தது. புறக்கடையில் உளுந்து கழுவிக் கொண்டிருந்த மீனாட்சியம்மாள், “அம்பியா? அண்ணாவும் வந்தாச்சோ? கையைக் காலைக் கழுவிப்பிட்டு, இந்த உறியிலே முறுக்கு வெச்சிருக்கேன்; எடுத்துச் சாப்பிடுங்கோ. கையிலே உளுந்து இருக்கு” என்றாள்.

அம்பி புஸ்தகத்தை வைத்துவிட்டு வருமுன், அவனுடைய மூத்த சகோதரன் புஸ்தகத்தை ஜன்னலில் வைத்து விட்டுக் கால் முகம்

கழுவ நேரே புறக்கடைக்கு ஓடி வந்தான். வைத்த அவசரத்தில் புஸ்தகங்கள் கீழே விழுந்தன. அம்பி அதையும் ஜாக்கிரதையாக எடுத்துவைத்துவிட்டுச் சட்டையைக் கழற்றிய பிறகு உள்ளே வந்தான்.

'என்னடா, தீட்டையும் கீட்டையும் அப்படியே உள்ளுக்குக் கொண்டுவர்றே? அம்பிக்கு இருக்கிற புத்திகூட, ஏண்டா கிட்டு ... ஹூம் நான்தான் பொண்ணாப் பிறந்தேனே..." என்று தலையில் அடித்துக்கொண்டாள்.

கிட்டு சிரித்துக்கொண்டே, "அம்மா, உன்னைத் தொட்டுவிடுவேன்; பேசாதே!" என்று நெருங்கினான்.

"அடே, கட்டேலெ போறவனே, சித்தெ மடியா கிடியா இரு" என்று பதறினாள் மீனாட்சி.

"என்னடா கிட்டா, அம்மா கிட்ட என்னடா! அவளுக்குத் தெரியுமோ" என்றான் அம்பி.

இருவரும் காலைக் கழுவிவிட்டு, தாய் வைத்திருந்த முறுக்கைச் சாப்பிட்டுவிட்டு ஆற்றங்கரைப் பக்கம் நடந்தார்கள்.

"அம்பி, பரீக்ஷை நெருங்குகிறதே" என்றான் கிட்டு.

"அதற்கென்ன அண்ணா பயமில்லை" என்று சொல்லிவிட்டுத் தன் நண்பன் ஒருவனைத் தேடிக்கொண்டு சென்றுவிட்டான்.

கிட்டு என்ற கிருஷ்ணமூர்த்தி இந்த வருஷம் பி.ஏ. பரீட்சைக்குச் செல்ல இருக்கிறான். அவன் சகோதரன் அம்பி - அவன் பெயர் ராமசாமி - இண்டர்மீடியட் பரீட்சைக்குப் போகிறான். இருவரும் பாளையங் கோட்டையில் இருக்கும் கிறிஸ்தவக் கலாசாலையில் படிக்கிறார்கள். கிட்டு, தனக்குப் பரீட்சை தேறியதும் குடும்பப் பொறுப்பை ஏற்றுக்கொண்டு குடும்ப சம்ரட்சணையில் களைத்த தன் தாயின் கவலையை நீக்கிவிடுவான் என்பதுதான் அவர்கள் தற்போது கொண்ட லட்சியம். மேலும் சகோதரனது கல்விக்கு இனியாவது தர்மத்தை எதிர்பாராது இருக்க வேண்டும் என்பதும் அவன் நோக்கம்

2

பாளையங்கோட்டை கிறிஸ்தவக் கலாசாலை ரோமன் கத்தோலிக்க மதத்தினருடையது. அதாவது இருள் சூழ்ந்த பிரதேசங்களில் கர்த்தருடைய மதத்தைப் பரப்ப ரோமாபுரியிலிருந்து அனுப்பப்படும்

கருவி. தன் கையை வைத்தே தன் கண்ணில் குத்திக்கொள்ள வைப்பது போல், பழகிய யானையை வைத்துக்கொண்டு காட்டு யானைக் கூட்டங்களைப் பிடிப்பது போல், இந்தத் தொழில் நடந்து வந்தது.

ஞானாதிக்கம் என்ற கிறிஸ்தவச் சாமியாருக்குக் கிட்டுவின் மீதும் அம்பியின் மீதும் ஒரு கண். அதாவது ரோமாபுரியில் பேதுரு அப்போஸ்தலர் கட்டிய மகத்தான கோவிலின் சக்தியைப் பரப்ப இந்த இருவரும் ஏற்றவர்கள் என்பது அவர் துணிபு. அதனால் இருவரைப் பற்றியும் அவர் மிக்க கவலை மேற்கொண்டார். இது மறைமுகமாகவே நடந்தது. ஆனால், நாளடைவில் கிட்டுவை மிக எளிதில் வசப்படுத்திவிடலாம் என்றும், அம்பியிடம் தம் முயற்சி சாயாது என்றும் கண்டு கொண்டார். ரோமாபுரி போப்பின் ஆதிக்கத்தையும் கர்த்தரின் பரிசுத்தமான வார்த்தைகளையும் பரப்புவதற்கு எத்தனையோ வழிகள் உண்டு.

ஞானாதிக்கம் சாமியார் ஓர் உண்மைக் கத்தோலிக்கப் பாதிரியார். அவர் தமக்குத் தோன்றிய உண்மைகளுக்குத் தம் முழு வாழ்க்கையையும் அர்ப்பணம் செய்தவர். அம்பியையும் வசப்படுத்துவதற்கு ஒரு புது வழியைத் தேடிக்கொண்டிருந்தார். ஏனெனில் அம்பியிடம் கிறிஸ்தவ தர்மத்தையும் ஹிந்து சமயத்தின் தவறுகளையும் பற்றித் தாக்கிக்க ஆரம்பித்தால் அவன் அதற்கு இடம் கொடுப்பதே இல்லை. "தர்க்க சாஸ்திரமும் சமயமும் ஒத்துவராது; வேண்டுமானால் எங்கள் பண்டிதர்களிடம் தர்க்கம் செய்துகொள்ளுங்கள்" என்று கூறிவிடுவான். ஆனால் கிட்டுவை, உணர்ச்சியில் மயங்கக்கூடிய கிட்டுவைத் தர்க்கத்திற்கு இழுக்காமல், கிறிஸ்தவ நாயன்மார்களின் தியாகத்தையும் தரிசனத்தையும் காண்பிக்கும் இலக்கியங்களினால் பண்படுத்தி வந்தார்.

3

ஸ்ரீ ஜான் சகரியாஸ் நாடாரின் முன்னோர்கள் புரோட்டஸ்டன்ட் கிறிஸ்தவ மதத்தைத் தழுவியது திருநெல்வேலி ஜில்லாவிலே ஒரு ரஸமான கதை 19-ம் நூற்றாண்டின் இறுதியில், இங்கிலாந்து, வியாபாரப் பொருள் உற்பத்தி முறையில் ஒரு நூதன வழியைக் கடைப்பிடித்தது. பொருள்களை ஏக காலத்தில் நூற்றுக்கணக்காகச் செய்து குவிப்பதில் பெரும் நம்பிக்கை வைத்தது; அதே சமயத்தில் பாதிரிகள், இந்தியாவின் தெற்கு மூலைகளில் நூற்றுக்கணக்காக ஞானஸ்நானம் கொடுப்பதில் நம்பிக்கை வைத்தார்கள். அவர்கள்

நாசரேத், மெய்ஞ்ஞானபுரம் முதலிய பிரதேசங்களில் வந்ததும், முன்பு, கிறிஸ்து பிறப்பதற்கு நெடுங் காலத்திற்கு முன்பு, "உண்டாகுக" என்று கர்த்தர் அருளியதும், உலகம் அவர் போட்ட வரிசைப்படி தழைத்து அப்பெருமானுக்குக் களிப்பூட்டியதாம். இதைப்போல இந்தப் பாதிரிகளும் அந்தப் பிரதேசங்களை அடைந்ததும் தாங்களே கர்த்தர் பெருமான் என்று நினைத்துக் கொண்டனரோ என்னவோ? அங்கிருந்த நாடார்களை நீரைத் தெளித்து, 'நீங்கள் கிறிஸ்தவர்களாகக் கடவது!' என்றதன் பயனாக விளைந்தவற்றில் சகரியாஸ் குடும்பமும் ஒன்று."

அவர் அங்கிருந்த புரோட்டஸ்டன்ட் பள்ளிக்கூடத்தின் தலைமை யாசிரியர். தமக்குக் கர்த்தருடைய கருணை கிடைத்த போதெல்லாம் அஞ்ஞானிகளுக்கு விழிப்பைக் கொடுப்பதில் முனைந்து வந்தார்.

அவருக்கு ஒரு புதல்வி. எந்த மதத்தினரானாலும் உபாத்தியாயர் களுக்கு மட்டும் வம்ச விருத்தியில் தனிச்சிறப்பு உண்டு. அதற்கு விலக்காக இருந்தார் ஸ்ரீ சகரியாஸ். அவருக்கு அந்தப் புதல்வியே மகன், மகள் என்ற இரண்டு ஸ்தானத்தையும் நிரப்பி வந்தாள். அவள் பெயர் லில்லி அற்புதம் ஜயலக்ஷ்மி. அவள்தான் அவர்கள் குடும்பத்தின் விளக்கு; உயிர் நாடி; அதாவது அவள்தான் அந்த வீட்டில் ஒரு முஸோலினியின் எதேச்சாதிகாரத்தை ஸ்தாபித்து வந்தாள். பிரேமையினால், தாய் தந்தையர் இருவரும் அவளுக்கு அடிமைகள்.

அவளுடைய அழகு ஆளை மயக்கும் போதைப் பொருள் போன்றதல்ல; மனசின் கனவுகளைத் தோற்றுவிக்கும் ஓர் இன்பகரமான மோகன அழகு. அதன்பின்னே ஒரு சாந்தியின் சோபை அவளுடன் பேசுவதில் பெரும் இன்பத்தைக் கொடுத்தது. தமிழ்க் கவிஞர்களின் கனவுகள் எல்லாம் திரண்டு வடிவெடுத்தது போன்றது அவள் தேக அமைப்பு.

கிறிஸ்தவ சமூகத்தின் சுதந்திரமும் சிறுமைப் புத்தியும் அறிவும் படைத்தவள். கணக்கு, விஞ்ஞானம் முதலியவற்றில் ஒருவிதப் பிரேமை ; அதில் ஆசையோடு ஈடுபட்டவள் என்று கூற முடியாது. பள்ளிக்கூட உலகத்திலே, அந்தப் பாடங்களைப் படிப்பவர்கள் எல்லோரும் பெரிய மேதாவிகள் என்ற ஓர் அபிப்பிராயத்தை உபாத்தியாயர்களும் மாணவர்களும் சேர்ந்து வளர்த்து வருகிறார்கள். இதனால் ஏற்படும் ஒரு போட்டி மனப்பான்மையில் அவள் அதைப் படிக்க ஆரம்பித்திருக்கலாம். ஆனால், கலாசாலையைப் பொறுத்த வரையில், அவர்கள் 'மார்க்கு' என்ற அளவுகோலைப் பொறுத்த வரையில் அவள் கெட்டிக்காரிதான்.

இவள் தெரிந்தெடுத்த பாடங்களை உடையது அந்தக் கத்தோலிக்கக் கலாசாலை ஒன்றுதான். அதனால் அவள் அங்கே சென்று படிக்க வேண்டியதாயிற்று.

வகுப்பில் இரண்டு கெட்டிக்காரர்கள் இருந்தால் இரண்டு பேர்களுக்கும் நட்பு ஏற்படுவது இயற்கை; பகைமை ஏற்படுவதும் சகஜம். இவை இரண்டும் அற்று இருப்பது விதிக்கு விலக்கு. ஆனால் ஒன்று ஆணும், மற்றது பெண்ணுமாக இருந்தால்...? அது... தான் நடக்கவில்லை.

அம்பி, ஹிந்து தர்மம் என்றால் ஏதோ புனிதமான பொருள் என்று அவளை வெறுப்புக் கண்களால் நோக்கினான். அது கிறிஸ்தவக் கலாசாலையில் படிக்கும் மாணவர்களுக்கு உண்டாகும் ஒரு தனி மனப்பான்மை. சில சமயம் அசட்டுச் சமய வெறி என்ற மூடக் கொள்கை வரையில் கொண்டு போய் விட்டுவிடும் அம்மனப்பான்மை. நல்ல காலம், அம்பிக்கு இந்த வியாதி பீடிக்கவில்லை. ஏதோ அவன் வயசிற்கு மேற்பட்ட அதிதீக்ஷ்ண்ய அறிவில் ஹிந்து தர்மத்தின் உயிர்நாடியை அறிந்துகொண்டான். அதனால் அவளைப் பார்க்குந்தோறும் ஒரு பரிதாபம் அவனுக்குத் தோன்றும். ஹிந்துப் பெண்ணாக, நாடாராகவே இருந்துவிட்டாலும் காதலிக்கலாம் என்ற கனவில் இருப்பவனுக்கு இது இயற்கைதானே?

அற்புதம் ஜயலக்ஷ்மி அவனை அஞ்ஞானி என்ற முறையில்தான் அறிந்திருந்தாள். அதுவும் அல்லாமல் அழகை மறைக்கும் தரித்திரமும் குடுமியும் அவனை அவள் அறிவதற்குப் பெருந் தடையாக இருந்தன. ஆனால், அவன் அறிவுத் திறமையை வியக்காமல் இருக்க முடியவில்லை. எப்படியாயினும் அஞ்ஞானி; அதுவும் குணப்படுத்த முடியாத அஞ்ஞானிதானே அவன்!

ஏறக்குறைய பரீட்சைக்காலமும் நெருங்கிவிட்டதால் ஆசிரியர்களின் நம்பிக்கையெல்லாம் இவர்களுடைய கீர்த்தியைக் கொண்டு வரும் வெற்றியைக் குறித்த வண்ணமாக இருந்தது.

அன்று ரசாயன அறையில் இருவரும் ஒரு ரசாயன சோதனை செய்து கொண்டிருக்கிறார்கள். இருவருக்கும் அடுத்தடுத்த மேஜை யானாலும், இருவரும் அந்த இரண்டு வருஷங்களில் இரண்டு முறை பேசியிருப்பார்களோ என்னவோ? ஆனால், அவர்கள் பேசாதது கூச்சத்தினால் அல்ல.

ரசாயன வகுப்பில் மாணவர்களின் சிறு குறும்பிற்குத் தகுந்த வசதிகள் இருக்கின்றன. ஒன்றுமில்லை; சாக்குக் கட்டியைப் பொடித்து மேஜையில் பதித்திருக்கும் இங்கிப் புட்டிகளில்

போட்டுவிட்டால் அது பொங்கிப் பக்கத்தில் இருக்கிறவர்கள் உடைகளை நாசமாக்கிவிடும். இதைவிடச் சிறிது அபாயகரமான, ஆனால் குஷியான வேடிக்கை இரண்டு மூன்று அமிலங்களை ஒன்றாகக் கலந்து வைத்து விடுகிறது; அது சில சமயம் டபீர் என்று வெடித்து உடைகளைச் சிதைத்துவிடும். சில சமயம் தேகத்தில் பட்டுப் பொத்துவிடுவதும் உண்டு.

அன்று இருவரும் ரசாயன சோதனையில் ஈடுபட்டிருக்கும் பொழுது - (இயற்கையான வகுப்புச்சமயம் அல்ல) ஜயலக்ஷ்மியின் பக்கத்தில் ஒரு பாட்டில் டபீர் என்று வெடித்து அவள் உடைகளை நாசமாக்கிவிட்டது. ஜயா பயந்து போய்ச் சிறு கூக்குரலிட்டாள். அம்பி திடுக்கிட்டு நின்றான். அடுத்த கணம் ஜயாவிற்கு பயம் தெளிந்தது.

“மிஸ்டர் ராமசாமி! இந்தமாதிரிக் குறும்பு செய்யும் ஒரு கோழை என்று தங்களை நான் நினைக்கவில்லை” என்று ஆங்கிலத்தில் - சொன்னாள்.

அம்பிக்குச் சுருக்கென்று அவ்வார்த்தை உள்ளத்தே தைத்தது. அவனும் பெருமிதமாக, “ஒரு ஹிந்து கோழையல்ல” என்று சொல்லிவிட்டு வேறுபுறம் திரும்பிக்கொண்டான்.

அவளுக்கு இது தன் மதத்தினரைக் கேலி செய்த மாதிரிப் பட்டது. உடனே ஆசிரியரின் உதவியை நாடி - கத்தோலிக்கராயினும் கிறிஸ்தவர் தானே - இவனுக்குப் புத்தி புகட்ட வேண்டும் என்று சரேலென்று வெளியே சென்றாள்.

நேராக ஞானாதிக்கம் சாமியாரிடம் சென்று விஷயத்தைச் சொல்ல, தம் லட்சியத்திற்கு ஒரு வழி அகப்பட்டதென்று நினைத்தார் அவர். இதை வளர்ப்பது (அவர் ஊடல் என்று நினைத்தார்) இவ்விருவரையும் தமது மதத்திற்கு அவளுடன் கொண்டு வரும் வழி என்று நினைத்து, அவளைப் பார்த்துச் சிரித்துவிட்டு, “உனக்கு ஹாஸ்ய உணர்ச்சி போதாது. நான் அவனைக் கண்டிக்கிறேன். நீ ஏன் அவனுடன் சண்டை பிடித்துக்கொள்ள வேண்டும்?” என்று சொல்லி அனுப்பிவிட்டார். ஜயாவிற்கு இது திருப்தி அளிக்கவில்லை. அதுவும் அல்லாமல் அவருடைய நடத்தை ஆச்சரியமாக இருந்தது.

4

ஜயாவிற்கு என்ன செய்வது என்று தெரியவில்லை. அம்பியை எப்படியாவது தண்டனை பெறச் செய்யவேண்டும் என்று தோன்றியது. அவன் அதைச் செய்திருப்பானோ, இல்லையோ என்ற பிரச்னையே இப்போது இல்லை. தன்னால் அவனை என்ன செய்ய முடியும்? இப்பொழுது அவன் அண்ணனிடம் சொன்னால்? - அப்படித்தான் செய்ய வேண்டும். அதுதான் அவள் மனப்போக்கு.

அன்று சாயந்திரம் கலாசாலை விட்டாயிற்று. கிருஷ்ணமூர்த்தி நேராக ‘லைப்ரரி’க்குச் சென்றான், வாசிப்பதற்குப் புஸ்தகம் ஏதாவது எடுத்துக் கொண்டு செல்ல.

அங்கே ஜயா அவனைச் சந்தித்தாள்.

“மிஸ்டர் கிருஷ்ணமூர்த்தி, ஒரே ஒரு வார்த்தை” என்றாள்.

எப்பொழுதும் பெண்களுடன் - அதாவது தாயைத் தவிர - வேறு யாருடனும் பேசிப் பழகாதவன் சற்றுத் திடுக்கிட்டுத் திரும்பினான்.

“என்ன?” என்று தழுதழுத்த குரலில் கேட்டான்.

ஜயலக்ஷ்மிக்கு உள்ளூர நகைப்பு. ‘இந்த அஞ்ஞானிகள் பெண்களுடன் பேசுவதென்றால் என்ன இவ்வளவு கோழையாக இருக்கிறார்கள்! ஒரு கிறிஸ்தவப் பையன் இப்படி இருப்பானா? இவனைச் சிறிதே கிண்டல் செய்ய வேண்டும்’ என்று நினைத்தாள்.

“உங்களுடன் தனியாகச் சற்றுப் பேச வேண்டும்; வராந்தாவிற்கு வாருங்கள்” என்றாள்.

கிட்டுவிற்கு உடல் முழுவதும் வியர்த்தது. மற்றவர்கள் என்ன நினைப்பார்கள்? பதில் பேசத் தைரியம் இல்லை. பின்னால் சென்றான்.

அவள் அன்று மத்தியானம் நடந்ததை, அம்பி செய்ததைக் கூறினாள்.

கிட்டுவிற்குப் பிரமாதமான கோபம் வந்துவிட்டது; “அவன் வரட்டும் கண்டிக்கிறேன்; நீங்களும் இருங்கள். உங்கள் முன்னிலையிலேயே” என்றான் கிட்டு.

கீழே ‘காம்பவுண்டி’ல் அம்பி நிற்பதைக் கவனித்தான் கிட்டு. “அம்பி! உயரே வா” என்று கூப்பிட்டான். அந்தக் குரலில் கோபமும் பெருமிதமும் கலந்திருந்தன.

“அவன் வரட்டும்; அவனுக்குப் புத்தி கற்பிக்கிறேன்.”

அம்பி வந்தான். மத்தியான்ன சம்பவம் அவனுக்கு ஞாபகமே இல்லை. ஆனால், அவர்கள் இருவரும் நின்றிருப்பது ஆச்சரியமாக இருந்தது.

நெருங்கினான்.

"என்னடா அம்பி! இத்தனை நாள் உன்னை மனிதனாக நினைத்திருந்தேன். உனது 'கிளாஸ் மேட்'டினிடம், அதுவும் ஒரு பெண்ணினிடம் இந்த மாதிரிக் குறும்புத்தனமாக நடக்கலாமா?" என்று கோபித்தான் கிட்டு.

அம்பிக்குத் தூக்கிவாரிப் போட்டது. இத்தனை நாள் தன்னுடன் நெருங்கிப் பழகிய கிட்டுவே இப்படி நினைத்தால் ... அவனுக்குக் கோபம் வந்தது.

"தாங்கள் எத்தனை நாளாக இந்தக் காலேஜில் பிரின்ஸிபால்?" என்று கிட்டுவைக் கேட்டுவிட்டு, "தங்களுக்குப் பிரின்ஸிபால் யாரென்று தெரியாவிட்டால் நான் அறிமுகம் செய்து வைக்கிறேன்" என்று ஜயாவைப் பார்த்தான் அம்பி.

இதற்கு முன் எதிர்க்காதவன், அடங்கியிருக்க வேண்டியவன் எதிர்த்தால் ஏன் கோபம் வராது? கிட்டு, பளீரென்று கன்னத்தில் அடித்தான். இதை எதிர்பார்க்காத அம்பி மலைத்துக் கல்லாகச் சமைந்தான். அடிகள் வெகு பலமாக, மூர்க்கமாக, ஒன்றன்பின் ஒன்றாகத் தொடர்ந்தன.

ஜயாவின் நிலைமை மிகக் கஷ்டமாகிவிட்டது; ஏன் சொன்னோம் என்றாகிவிட்டது. அவள் எதிர்பார்த்தது ஓர் அதட்டல், ஒரு மன்னிப்பு. ஆனால் இப்போது அம்பியின் மீது இரக்கம்!

"மிஸ்டர் கிட்டு! நிறுத்துங்கள், இதென்ன! நிறுத்துங்கள்..."

அம்பிக்கு ஏற்பட்ட மலைப்பு நீங்கியது; "நீயா அண்ணன்?" என்று கூறிக்கொண்டே கிட்டுவின் மூக்கிலும் முகத்திலும் இரண்டு குத்து விட்டான்.

அந்தக் குத்தில் கிட்டுவிற்குத் தலை சுற்றியது; அம்பியின் குத்து ஒன்று வயிற்றில் விழுந்தது. அவ்வளவுதான். ஆனால் அம்பி திரும்பிப் பார்க்காமல் நடையைக் கட்டிவிட்டான்.

"அட மிருகமே!" என்று மறையும் உருவத்தைப் பார்த்து எரிந்து விழுந்து விட்டு ஜயா கீழே விழ இருந்த கிருஷ்ணசாமியைத் தாங்கினாள். வாலிபனை, வெறும் கனமான உடலை, தாங்கப் போதுமான சக்தி அவளுக்கு இல்லை. பாரம் அவளைக் கீழே இழுத்தது. ஆனால் லாவகமாகத் தாங்கியபடியே கீழே படுக்க

வைத்தாள். கிட்டுவிற்கு மூச்சுப்பேச்சு இல்லை. ஜயா பயந்து நடுநடுங்கிவிட்டாள். என்ன செய்வது என்று தெரியவில்லை. மடியில் தூக்கிக் கிடத்திய வண்ணம், "கிருஷ்ணசாமி! கிருஷ்ணசாமி!" என்று அவன் பெயரைக் கூப்பிட்டவண்ணமாக இருந்தாள். கையிலிருந்த கைக்குட்டையால் அவன் முகத்தைத் துடைத்தாள். சற்று விசிறினாள்.

மெதுவாக, "அம்பி!" என்று கூப்பிட்டுக்கொண்டே அவன் கண்ணைத் திறந்தான்.

கிட்டு ஒரு பெண்ணின் மடியில் இருப்பதை உணர்ந்ததும் உண்டான கூச்சம், அவனைத் தடுமாறி எழுந்திருக்கச் செய்தது.

அவர்கள் கண்கள் சந்தித்தன. ஜயா சிரித்தாள்; ஆனால் அவன் கண்கள் கலங்கின.

"கிட்டு!" என்றாள். கிட்டுவின் மனம் அவன் வசம் இல்லை. அவளை நோக்கிக் கைகளை விரித்தான். ஜயாவின் மார்பு அவன் மார்பில் விழுந்தது. அவளுடைய கரங்கள் அவன் கழுத்தைச் சுற்றின.

அடுத்த கணம் நிலைமையை அறிந்து இருவரும் விலகினார்கள். ஜயாவின் முகம் நாணத்தால் சிவந்தது.

"ஜயா!"

"கிட்டு!"

ஜயாவின் முகம் அவனுடைய மார்பில் மறைந்தது. அவளை வாரியெடுத்துத் தனக்குச் சொந்தமாக்கினான். அவள் அவனைத் தன்னுள்ளத்தில் சிறை செய்தாள்.

"நாளைக்கு உன் அப்பாவிடம் கேட்போம்" என்று கிட்டு சொன்னதும் ஜயாவின் கனவு பாழானது போல், அவளுக்குப் பட்டது.

அவன் அஞ்ஞானி! அவள் கிறிஸ்தவப் பெண்.

5

அம்பியும் கிட்டுவும் சிறு குழந்தையாக இருக்கும் பொழுது எத்தனை தடவை 'டூ' விட்டுக் கொண்டார்கள் என்று அம்பிக்கு ஞாபகம் இல்லையானாலும் இந்த மாதிரி எதிர்பாராதவிதமாய், எதிர்பாராத காரணத்திற்காகப் பெரும் சண்டையிட்டுக் கொள்ளுவோம் என்று அவன் நினைக்கவேயில்லை. அதிலும் தன்னுடைய அண்ணன் இப்படி இருப்பான் என்று சிறிதும்

எதிர்பார்க்கவேயில்லை. ஆதலால், அம்பிக்கு அவனுடன் பேசவே மனமில்லை. இருவரும் ஒன்றாக வீட்டிற்குச் செல்லும் வழக்கம் நின்றது.

இது கிட்டுவிற்கு ஒருவிதத்தில் நன்மையாகவே இருந்தது. அவன் சென்ற பிறகு செல்வது என்ற காரணத்தை வைத்துக்கொண்டு ஜயாவை அடிக்கடி சந்திக்க வசதி ஏற்பட்டது அவனுக்கு.

ஜயாவிற்கு அந்த முதல் உணர்ச்சியில் தன்னை மறந்ததாக, வீட்டிற்குச் சென்ற பிறகு நொந்து கொண்டாளாயினும் கிட்டுவை அடிக்கடி சந்திக்கவே, படிப்படியாக அவன் ஓர் அஞ்ஞானி என்ற எண்ணமும் அவள் தனிமையாய் இருக்கும் பொழுதும் தோன்றாமல் ஒழிந்தது.

கிட்டுவிற்கு 'இனிமேல்' என்ற நினைவு ஏற்படாதிருந்ததில் ஆச்சரியம் இல்லை. உணர்ச்சி விஷயங்களில் இனிமேல் என்ற பிரச்சனையைப் பெண்களே சீக்கிரத்தில் கவனிக்கக்கூடியவர்கள். தன்னை ஒப்புக்கொடுப்பது, தன்னுடைய வாழ்க்கையை ஓர் ஆண் மகனிடம் பணயமாக வைப்பது எவ்வளவு சீக்கிரத்தில் நடக்கிறதோ, அவ்வளவு விரைவிலேயே வருங்காலத்தைப் பற்றித் திட்டம் போடும் திறனும் படைத்துவிடுகிறார்கள் அப்பெண்கள்.

சம்பவம் நடந்து பத்துப் பதினைந்து நாட்கள் கழித்து ஒரு சாயந்தரம் இருவரும் சந்தித்தபோது, ஜயா பேச்சை அந்த விஷயத்தில் திருப்பினாள். "கிட்டு, நான் ஒன்று கேட்கப் போகிறேன். கோபித்துக் கொள்வாயோ?"

"என்னடி ஜயா, இப்படிக் கேட்கிறாய்?"

"உன்னிடம் ஒரு விஷயம் கேட்க வேண்டுமென்று... கோபித்துக்கொள்வாயோ என்றுதான் பயமாக இருக்கிறது!" என்று கிட்டுவின் மீது சாய்ந்து அவன் கழுத்தில் கரங்களைச் சுற்றி, அவன் கண்களை நோக்கினாள்.

"ஜயா, சொல்கிறதைச் சொல்லேன்... நான் என்ன முரடனா?"

"கோபப்பட மாட்டீர்களே?"

"கோபப்பட மாட்டேன் என்று எத்தனைதரம் சொல்லுகிறது!" என்று அவளை முத்தமிட்டான்.

"கிட்டு... நாம் இப்படியே... பிறகு என்ன செய்வது?"

கிட்டு திடுக்கிட்டு விழித்தான். தான் ஒரு பெண்ணை அநியாயமாகச் சதி செய்து வாழ்க்கையைக் குலைத்து விட்டதாக

நினைத்தான். வருங்காலம் என்பது அந்தகாரம் போல் அவன் அறிவை மறைத்தது.

"ஜயா, என்னுடன் வந்து விடு. சமூகத்தில் இடம் இருக்காது ... ஆனால்... ஜயா, என்ன செய்வது? நீ சொல் நான் கேட்கிறேன்..." என்று காதில் கேட்ட லட்சியங்களை ஒப்பித்தான்.

"கிட்டு, கோபம் வருமா நான் சொன்னால்?... நீ எங்கள் மதத்தைத் தழுவிவிடு... அப்புறம் கஷ்டமில்லை. எனக்காக நீ செய்வாயோ?" என்று அவன் மார்பில் தலையைச் சாய்த்தவண்ணம் அவன் கண்களை நோக்கினாள்.

கிட்டு அவளை இறுக அணைத்துக்கொண்டு, 'ஆ...ஆ...க... ட்டும்" என்றான். அது லேசான வழிதான். ஆனாலும் அவன் மனம் எந்தத் திக்கில் தத்தளித்தது என்று அவனுக்குத் தெரியாது. ஒரு பெண்ணைக் காப்பாற்ற எதுவேண்டுமானாலும் செய்யலாம் என்று நினைத்தான்.

"அப்படியானால் அப்பாவிடம் வாயேன் அனுமதி கேட்கலாம்" என்று அழைத்தாள் ஜயா.

இருவரும் சகரியாஸ் நாடாரிடம் சென்றார்கள். அவர் முதலில் திடுக்கிட்டார். ஆனால், கடைசியாகத் தம் செல்வக்குழந்தைக்கு அனுமதி தரவேண்டியிருந்தது. அதில் பிறகு அவருக்கு இரட்டிப்புச் சந்தோஷம். ஒன்று, தமக்கு ஒரு பிராம்மண மாப்பிள்ளை கிடைப்பது. இன்னொன்று, தம்முடைய மகளின் கல்யாணத்தினால் அநியாயமாகச் சாத்தானின் நரக ராஜ்யத்திற்குப் போகாது, ஓர் ஆவியைக் கர்த்தரின் பரமண்டலத்திற்குச் சேர்க்க முடிந்தது என்பது. அன்று அவர் படுக்கைக்குப் போகுமுன் ஜபம் செய்யும் போது பாவியான அஞ்ஞானியின் மனத்தைக் குணப்படுத்தக் கர்த்தராகிய இயேசுவிடம் மன்றாடிக் கேட்டுக்கொண்டார்.

பரீட்சை முடிந்ததும் கிட்டுவிற்கு ஞானஸ்நானத்துடன் திருமணத்தையும் நடத்திவிடுவது என்றும், அங்கிருந்த ரெவரண்ட் பீட்டர்ஸன் துரை உதவியால் புரோட்டஸ்டன்ட் கல்லூரியில் ஓர் உபாத்தியாயர் உத்தியோகத்தை வாங்கிக்கொடுப்பது என்றும் பேசி முடிந்தது.

கிட்டு, தன் வாழ்க்கைப் பிரச்சனைகள் இவ்வளவு எளிதாக, இனிமையாக நடைபெறும் என்று எதிர்பார்க்கவில்லை; ஆகையால் இதில் மிகுந்த சந்தோஷம் உண்டாயிற்று. மேலும் எவ்வளவு நாஸூக்காக நாகரிகமாக இருக்கிறது என்பதில் மிகுந்த குதூகலம்.

இந்த இரகசியத்தை அவனுடன் பகிர்ந்து கொள்ள ஜயாவே போதும் என்று பட்டது. போகும் போதெல்லாம் காப்பி அருந்தப் பழகிக்கொண்டான். ஜயா சாமர்த்தியசாலியாகையாலும், கிட்டுவின் காதலுக்காகத் தன் உயிரையும் தியாகம் செய்யக்கூடியவளாகையாலும் மாமிச உணவுகளைப் பற்றி வாசனைகூடப் படாமல் ஜாக்கிரதையாக இருந்து வந்தாள்.

பரீட்சையும் வந்து சென்றது. அதுவரையில் தன்னுடைய இரகசியத்தைக் கிட்டு வெகு ஜாக்கிரதையுடன் காத்து வந்தான். அவனுக்குத் தன் வீட்டிற்குச் செல்லும் போதெல்லாம் அங்கு இருண்டு சிதைந்து கிடக்கும் தரித்திரக்கோலம், அவனது மனசில் தாயின் மீதும் ஒரு வெறுப்பைத் தோற்றுவித்தது.

ஒருநாள் காலையில் அருவன்குளத்தைவிட்டுச் சென்றவன் திரும்பி வரவில்லை. போகும் பொழுது, "அம்மா, கொஞ்சம் தீர்த்தம் தா" என்று வாங்கிச் சாப்பிட்டுவிட்டுச் சென்றவன்தான்.

அன்று மத்தியான்னம் கிட்டு, கிறிஸ்தப்பர் கிருஷ்ணமூர்த்தியாகி, ரெவண்ட் பீட்டர்ஸனின் முன்பு, ஜயாவுக்குத் தன் வாழ்விலும் தாழ்விலும் பங்கெடுத்துக்கொள்ளும் உரிமையைக் கொடுத்தான். திருமணம் மிகச் சுருக்கமாக இரண்டு மூன்று சகரியாஸ் நாடாரின் நண்பர்களுடன் நடந்த பின் தம்பதிகள் திரும்பினர்.

அன்று பாளையங்கோட்டைச் சந்தைக்குச் சென்றிருந்த சாமண்ணா இந்தச் செய்தியைத் தலைதெறிக்க ஓடிவந்து அம்பிக்கும் அவன் தாய்க்கும் அறிவித்தார். மீனாக்ஷியம்மாளுக்குத் தூக்கிவாரிப் போட்டது. சாமண்ணாவிற்குப் பைத்தியம் பிடித்து விட்டதோ என்ற சந்தேகம் தொடர்ந்து தோன்றிற்று. "அம்பி, எதுக்கும் போய்ப் பார்த்துவிட்டு வா!" என்று அனுப்பினாள். அவளால் அதை நம்ப முடியவில்லை. கிட்டு அப்படிச் செய்வான் என்று அவள் மனம் ஒப்புக்கொள்ள மாட்டேன் என்றது.

அம்பியை இந்தச் செய்தி திடுக்கிடச் செய்தது. ஆனாலும் அவனுக்கு இப்படி நடக்கக்கூடும் என்று முன்பே பட்டது. முன் சம்பவங்கள், அது நடக்கக் கூடியதுதான் என்றாலும் கிட்டு அவ்வளவு அசடன் என்று அம்பி எதிர்பார்க்கவில்லை.

நேரே தான் படிக்கும் கலாசாலைக்குச் சென்று ஞானப்பிரகாசம் சாமியாரின் அறைக்குள் நேராகச் சென்றான். சாமியாருக்குக் கிட்டுவின் மீது பரமகோபம். தம் வலைக்குத் தப்பி புரோட்டஸ்டன்ட் மதத்தைத் தழுவியதில் அடங்காத சீற்றம். அவரால் அதை மன்னிக்கவே முடியவில்லை. கிட்டு இப்படிச் செய்துவிட ஹிந்து மதத்திலே

ஓர் அஞ்ஞானியாகக் காலங்கழிக்க முரணி இருந்தாலும் அவருக்கு அவ்வளவு கோபம் இருந்திராது.

வெண்ணெய் திரண்டு வரும்பொழுது பானை உடைந்தால் சீற்றம் வருவது இயற்கைதானே? ஆனால், அதைவிடப் பன்மடங்கு சீற்றம் வெண்ணெயை மற்றவன் அடித்துக்கொண்டு போகும் ஏமாற்றத்தினால் ஏற்படும் பொழுது அது மன்னிக்கப்பட வேண்டிய விஷயம். மேலும் ஸ்ரீலஸ்ரீ ஞானப்பிரகாச சாமியாரும் மனிதன்தானே?

கிட்டுவின் மீது உண்டான சீற்றத்தையெல்லாம் வைத்து அம்பியைக் கண்டதும் அவன் மீது பாய்ந்தார். கிட்டு புரோட்டஸ்டன்ட் ஆனது அம்பியின் தவறு என்று அவர் நினைப்பது போல் இருந்தது.

கிட்டுவின் மேல் இருந்த வெறுப்பையெல்லாம் அம்பியிடம் கொட்டி, உண்மையையும் கக்கி, கடைசியாக, "அந்தச் சைத்தானின் மதத்தினனுடன் நீ ஒன்றும் வைத்துக்கொள்ளக்கூடாது" என்று புத்தி கற்பித்து அனுப்பிவைத்தார்.

அம்பிக்கு இருந்த சிறிது சந்தேகமும் போய்விட்டது. இனிக் கிட்டுவைப் பார்த்து என்ன பயன்? வீண் மனத்தாங்கலும் கசப்புந்தான்!

நேராகத் தாயிடம் வந்து நடந்ததைக் கூறினான். "அப்படி இருக்காது; அப்படி இருக்காது" என்று மனப்பால் குடித்துக் கொண்டிருந்தவளுக்கு நெஞ்சில் சிவதனுசைக்கொண்டு அடித்தது போல் இருந்தது.

உடனே ஏகமாகப் பிரலாபித்துக்கொண்டு பாளையங்கோட்டைக்குப் புறப்பட்டாள். வழிநெடுக அழுகை, பிரலாபம், பொருமல்! கிட்டு இறந்தமாதிரிதான்!

சகரியாஸ் நாடாரின் வீட்டின் முன்பு பெரிய கூட்டம் கூடிவிட்டது.

"கிட்டு! கிட்டு!" என்ற மீனாக்ஷியம்மாளின் பிரலாபம். தெய்வத்தையும் தனக்குத் தெரிந்த எல்லாவற்றையும் வைதுகொண்டு கிட்டுவை வரும்படி மன்றாடினாள். வந்தால் ஹிந்து சமூகம் சேர்த்துக் கொள்ளுமா? அதுவும் அவளுக்குத் தெரியும்; பெற்ற மனம்.

கிட்டுவிற்கு இது பெரிய அவமானமாக இருந்தது. தன்னுடைய புதிய மாமனாரைப் போலீசுக்கு அனுப்பிவிட்டு, வெளியே விறுவிறென்று வந்து, "வரமுடியாது! கூச்சல் போடாதே, போ" வென்று அதட்டிவிட்டு உள்ளே சென்றுவிட்டான்.

இத்தனை நேரமும் அம்பி ஒரு வார்த்தையும் பேசாமல் பார்த்துக் கொண்டிருந்தவன், தன் தாய்க்குப் பெரும் அவமானம் வந்துவிடக்கூடாது என்று ஒரு ஜட்காவில் அவளைத் தூக்கிப்போட்டு வண்டியை வேகமாக விடச்சொன்னான். அங்கே கூடியிருந்த கிறிஸ்தவ சகோதரர்கள், 'ஓ'வென்று கூவிக் கேலி செய்தார்கள்.

வண்டி நேராக அருவன்குளத்திற்குச் செல்ல முடியாது. ஆற்றிற்கு இக்கரையிலேயே வாடகையைக் கொடுத்து விட்டு இருவரும் சென்றார்கள்.

மீனாக்ஷியின் பொருமல் அவள் துக்கத்திற்குப் போக்குவீடாக இருந்தது. அம்பியின் சாந்தமான முகம் ஹிருதயத்தில் கொட்டும் இரண்டாயிரம் தேள்களின் விஷத்தைச் சகித்துக்கொண்டிருந்தது என்பதை யாரால் உணர முடியும்?

அவர்கள் ஊருக்குள் வரும்போது நன்றாக இருட்டிவிட்டது. இருவரும் தனித்துச் செல்வதை அக்கிரகாரத் தெருவில் வாசற்படியில் நின்று கொண்டு குசுகுசு என்று பேசியவண்ணம் பார்த்திருந்தனர் யாவரும்.

இருவரும் அந்த இடிந்த குச்சினுள் செல்லும் வரையில் ஒருவராவது ஏன் என்று பேசவில்லை. அம்பி உள்ளே சென்று விளக்கை ஏற்றினான். மீனாக்ஷி ரேழியிலேயே படுத்து ஏங்கிக்கொண்டிருந்தாள்.

"ஆமாம், விளக்கு ஒன்றுதான் குறை!" என்ற முனகல்.

வெளியில் யாரோ, "அம்பி! அம்பி" என்று கூப்பிடும் சப்தம்.

வெளியே வந்தான்.

அங்கே தீக்ஷிதர் நின்றுகொண்டிருந்தார். வயசு எண்பதிற்கு மேல் இருக்கும். நல்லவர். அனுபவம் உள்ளவர்.

"அம்பி!" என்று கூப்பிட்டுவிட்டுத் தயங்கினார்.

"என்ன?"

"அம்பி, நான் ஊருக்கு நல்லவன்தாப்பா. நீயும் நல்லவன். ஊரோடு ஒக்க ஓடு. மடப்பயல் கிட்டு செய்ததற்காக உங்களை விலக்கி வைத்திருக்கிறார்கள் ஊரார். என்ன செய்யலாம்? விதி! இங்கிருந்தால் பிரயோஜனம் இல்லை. விலகிண்டூட்டா ஒருவருக்கும் கஷ்டமில்லை..."

"அப்படியா!" என்றான் அம்பி. கிட்டுவின் மீது ஒரு பச்சாத்தாபம் தோன்றியது.

"அதற்கென்ன, சரிதான்" என்றான் மறுபடியும்.

ஆமாம்; பழைய, ஓநாயும் ஆட்டுக்குட்டியும் கதைதான். அதற்கு என்ன?

6

கிட்டு அந்த ஆவேசத்தில் உள்ளே சென்றவன் ஒருவருடனும் பேசாமல் தன் அறைக்குள் சென்று கதவை அடைத்துக்கொண்டான். அவன் மனசில் பேய்கள் சுந்தர நடனம் புரிந்தன. மனம் குழம்பியது. இருள்!

ஒரு பக்கம் தாய்; மறுபுறம் ஜயா!

ஜயா, கிறிஸ்தவ மதத்தினளானாலும் ஒரு பெண். தன்னுடைய கணவனின் கஷ்டத்தை அறிந்துகொண்டாள். தனது பணிவிடைதான் அவனுக்குச் சாந்தி தரும் என்று தெரிந்து கொண்டாள்.

மெதுவாகப் பின்புறம் வந்து நின்றாள்.

கிட்டுவின் கழுத்தில் அவள் கரங்கள் சுருண்டன.

"கிட்டு!"

அவள் கண்களிலிருந்து முத்துக்கள் உதிர்ந்தனபோல் அவன் நெற்றியை இரண்டு துளிகள் நனைத்தன.

"ஜயா!" ஒரு பெருமூச்சுத்தான் வந்தது.

அவனுடைய தலையைத் தன் மார்பில் ஆதரவுடன் அணைத்தாள்.

அன்று நெடுநேரம் அந்த அறை மௌனமாக இருந்தது.

சாந்தி பிறக்கவில்லை!

ஜயாவிற்குப் பயத்தில் பிறந்த ஒரு யோசனை தோன்றியது. அவனுக்கும் மாமிச உணவு பழக்கிவிட்டால் இனித் தாயை நோக்கிக் கிட்டுவின் மனம் செல்லாது என்று நினைத்தாள்.

உடனே கீழே சென்று கறிவடையை ஒரு தட்டில் எடுத்து வந்து அவன் முன்பு வைத்தாள். இதுவரையில் அவன் மனம் கோணாது இருக்கச் சபதம் செய்தவள் அன்று அவன் பக்கலில் உட்கார்ந்து ஒன்றை எடுத்து அவன் வாயில் ஊட்டினாள்.

கிட்டு ஏதோ யந்திரம் மாதிரிக் கடித்தான். வடை மாதிரித் தெரியவில்லை. நடுவில் ஏதோ கடிபடாமல் ஜவ்வுபோல் தட்டுப்பட்டது.

"இது என்ன ஜயா?" என்றான்.

ஒரு புன்சிரிப்புடன் தன்னுடைய வாயில் ஆள்காட்டி விரலை வைத்துக்கொண்டு இரகசியமாக அவள், கறிவடை?" என்றாள்.

"ஐயா! உன் காதல் எனக்குப் போதாதா? நான் ரப்பரையுமா தின்ன வேண்டும்?" என்று பரிதாபகரமாகச் சிரித்தான்.

சட்டென்று அவன் முகம் மாறியது. வடைகளை அப்படியே சிதறிவிட்டு, "போ! போ!" என்று இரைந்தான்.

ஜயாவிற்கு நெஞ்சில் வாள் கொண்டு குத்திய மாதிரி இருந்தது. அவனுடைய நிலையைக் கண்டு வெளியே சென்றுவிட்டாள்.

அவள் அன்று இரவு தலைவிரி கோலமாகத் தலைவாயிற்படியில் படுத்துக் கிடந்தது அவனுக்குத் தெரியாது; வீட்டில் உள்ளவர்களுக்கும் தெரியாது. அன்றிலிருந்து அவளும் மாமிச உணவு தொடுவதில்லை.

7

அம்பியும், மீனாக்ஷியம்மாளும் உயிர் வாழ வேண்டி ஆசைப்பட்டால் கிராமத்தைவிட்டு விலக வேண்டியதுதான். அவர்கள் அதைவிட்டுப் புறப்படுவதற்கு ஒரு வாரத்திற்கு முன் நரகம் எப்படி இருக்கும் என்பதைச் சிறிது அறிந்தார்கள்.

அம்பி, கைலாசபுரத்தில் இரண்டு ரூபாய்க்குள் ஒரு குடிசை வாடகைக்கு எடுத்தான். அங்கிருந்து வரும்பொழுது வீட்டையும் அநாவசியச் சாமான்களையும் விற்றுவிட்டதனால் சிறிதே கையில் பணம் இருந்தது.

வேளாளத் தெருவில் இருந்துகொண்டு, மீனாக்ஷியம்மாள் முறுக்கு, அப்பளம் விற்றுக் காலட்சேபம் செய்ய முயலுவதென்றும் அதற்குள் அம்பி ஒரு வேலை தேடிக்கொள்வதென்றும் ஏற்பாடு.

வேலை என்ன மரத்தில் காய்த்துத் தொங்குகிறதா? ஏக்கத்தினால் நாளுக்கு நாள் மெலிந்து வந்த மீனாக்ஷியம்மாளுக்கு முன்போல் ஒன்றும் செய்ய முடியவில்லை.

இதற்குள் நாலைந்து மாசங்கள் சென்றன; கையில் இருந்த பணமும் செலவாகிவிட்டன. அம்பியும் தேடாத இடத்தில் எல்லாம் தேடுகிறான். வேலைக்கு என்ன செய்வது?

அன்று மத்தியானம் வெயிலில் அலைந்துவிட்டுச் சோர்ந்து வீட்டிற்குள் வந்தான். அன்று காலையிலிருந்து பட்டினி. மீனாக்ஷி அப்போது படுத்த படுக்கையாகக் கிடந்தாள். மருந்திற்கு என்ன செய்வது? அது இப்போது எங்கிருந்து கிடைக்கும்?

தபாற்காரன், "ஸார்! ராமசாமி. மணியார்டர் ஸார்" என்றான்.

அம்பிக்குத் தூக்கிவாரிப்போட்டது. அவனுக்கு யார் மணியார்டர் அனுப்பப் போகிறார்கள்? ஒருவேளை தவறான விலாசமாக இருக்கலாம்.

அப்படி ஒன்றும் இல்லை. கிட்டுவிடமிருந்து வந்திருக்கிறது. அவனுக்கு அடங்காத கோபம்! எதனாலோ?

தபாற்காரனை அதைத் திருப்பி அனுப்புமாறு சொல்லிவிட்டு உள்ளே சென்று ஒரு கார்டில் பின்வருமாறு எழுதினான்:

ஸ்ரீ கிறிஸ்தப்பர் கிருஷ்ணமூர்த்தி அவர்களுக்கு. தங்கள் மணியார்டர் எங்களுக்கு அநாவசியம். இரத்தத்தையும் வாழ்நாட்களையும் தியாகம் செய்தவருக்குப் பதில் உபகாரமாக, அவள் சுகமாக ஒரு கணமாவது இருக்கவேண்டும் என்ற நினைப்பே இல்லாமல், பொறுப்பை உதறித் தள்ளின ஒருவருடைய போலி அன்பு அல்லது பச்சாதாபம் அவளுக்கு வேண்டாம். இனியாவது தயவு செய்து எங்களைப் புண்படுத்தாதிருந்தால் போதும். மடிந்தாலும் ஹிந்து தர்மத்திற்காக மடிவோம். இனியாவது அந்த அன்பு மட்டிலும் இருந்தால் போதும்.

இப்படிக்கு,

ராமசாமி.

இந்தக் கார்டு கிட்டுவின் ஹிருதயத்தைப் பிளந்தது. இருளில் முட்டிக் கொள்ளும் போது நட்சத்திரம் கிடைத்தாலும் புழுதியில் தானே புரள வேண்டும்?

ஜயாவைப்போல் ஒரு சகதர்மிணி அகப்படாள் என்பதும் உண்மையே! வாழ்க்கையின் லக்ஷ்யம் அதனோடு முடிவடைந்து விடுகிறதா? கிறிஸ்தவ மதம், 'நான் சொல்வதை நம்பு; நீயாக ஆலோசிக்க உனக்கு அனுமதி இல்லை' என்கிறது. ஹிந்து மதம், 'நீ என்ன வேண்டுமானாலும் எண்ணு; ஆனால் சமூகக் கட்டுப்பாடு என்ற வேலியைத் தாண்டாதே!' என்கிறது. இவற்றில் எது பெரியது?

எப்படியாவது தாயைப் பார்க்க வேண்டும் என்ற ஆசை! ஆனால் அம்பியின் கோபத்திற்குப் பயம். ஜயா! அவள் அவன்தான்! இவன் நினைத்ததெல்லாம் அவளுக்குச் சரி.

●●

நாட்கள் கழிந்தன.

அம்பிக்குப் பெட்ரோல் கம்பெனியில் 15 ரூபாய் சம்பளத்தில் ஒரு வேலை.

மீனாக்ஷியம்மாளுக்குப் படுக்கை நிரந்தரம் ; கிட்டுவின் நினைவு நிரந்தரம்.

அன்று சாயந்தரம் மீனாக்ஷியம்மாளின் நினைவு தடுமாறியது.

ஏதோ, தற்செயலாகக் கிட்டுவும் துணிந்து தன் மனைவியுடன் வந்தான்.

உள்ளே ஜயாவை அழைத்துச் செல்வதற்குப் பயம். அதற்குள் ஜயா முந்திக்கொண்டாள். "நான் வெளியில் நிற்கிறேன்; பார்த்து விட்டு வாருங்கள்" என்றாள்.

கிட்டு உள்ளே சென்றதும் திடுக்கிட்டான். தாயின் சாயைதான் படுக்கையில் கிடந்தது.

அம்பி ஒன்றும் பேசவில்லை.

சற்று நேரம் பொறுத்து, "இதுதான் உன் வேலை, பார்த்தாயா?" என்றான்.

கிட்டுவிற்குக் கோபம் வந்தது.

"நான் எனது லக்ஷியத்தை அடைந்தேன். அதற்கு யார் தடை?" என்றான்.

"ஒரு பெண்ணுக்காக அசட்டுத்தனமான மதந்தான் உனது லக்ஷியமோ? தனது தர்மத்தைப் பற்றிக் கேட்டாவது இருக்க வேண்டும். லக்ஷியம் என்ன குட்டிச்சுவர்!" என்றான் அம்பி.

இருவருக்கும் வாக்குவாதம் வலுத்து விட்டது.

மீனாக்ஷியம்மாள் விழித்தாள்.

"தெய்வமே! நீ இருக்கிறாயா? என் இரத்தம், என் குழந்தைகள்! இவைகள் இரண்டிற்கும் இப்படிச் சண்டையை உண்டு பண்ணி விட்டதே. தர்மமா? அது நிஜந்தானா! இதற்குமேல் எல்லாம் ஒன்று உண்டா? ஏ தெய்வமே, நீ நிஜந்தானா!" என்று பரபரப்புடன் எழுந்து உட்கார்ந்து பேசினாள். முகத்தில் தேஜஸ் இருந்தது; புதிய சக்தி இருந்தது. சொன்னவுடன் களைப்படைந்து சாய்ந்தாள்.

வெளியே எங்கோ ஒரு மாடு கன்றை நோக்கி, "அம்மா!" என்று கதறியது. மீனாக்ஷியம்மாள் ஆவியும் எந்தத் தாயையோ நோக்கி விடுதலை பெற்றது.

"போ! வெளியே!" என்றான் அம்பி.

"என் தாய்!" என்றான் கிட்டு.

அப்போது ஜயா உள்ளே தைரியமாக நுழைந்தாள்.

"இந்த இடத்திலா சண்டை? நீங்கள் ஆண் பிள்ளைகளா?" என்றாள்.

ஓடிச்சென்று மீனாக்ஷியம்மாளை மடி மீது எடுத்துக் கிடத்திக்கொண்டு கதறினாள்.

கிட்டுவைக் கொடுத்த புனிதமான சரீரம் அல்லவா?

அம்பிக்கு என்ன? அவன் தைரியசாலி; அறிவின் தராசு.

இவள் செய்கை இருவர் மனசிலும் ஒரு சாந்தியைத் தந்தது.

அவள் பெண். உணர்ச்சிவசப்பட்டவள். மதம் அவளுக்குத் தெரியாது. அம்பிக்கு அவள் செய்கை அவன் முன் அவளைப் பெரிய புனிதவதியாக்கியது.

மெதுவாகச் சரீரத்தைக் கிடத்திவிட்டு, கிட்டுவின் பக்கத்தில் வந்து நின்று கொண்டு, "போய் வருகிறோம்" என்றாள்.

"நீ ஒரு ஹிந்துப்பெண்" என்றான் அம்பி.

"நான் கிட்டுவின் மனைவி' என்றாள் ஜயா.

"கிட்டு..." என்று என்னவோ சொல்ல வாயெடுத்தான் அம்பி. அதற்குள் இருவரும் சென்றுவிட்டார்கள்.

அம்பி அந்த அறையில் இருந்து, அந்தப் புனிதவதியான தாயின் சரீரத்திற்குச் சாந்தியைக் கொடுக்க மனித உலகால் முடியாது போனதைப் பற்றிக் குமுறினான்.

அதற்கென்ன செய்யலாம்? அதுதான் வாழ்க்கை!

■

ஒரு நாள் கழிந்தது

"கமலம்! அந்தக் கூஜாவிலே தண்ணீர் எடுத்தா! வெற்றிலைச் செல்லம் எங்கே? வச்சது வச்ச இடத்தில் இருந்தால்தானே?" என்று முணுமுணுத்தார் முருகதாசர்.

கையில் இருக்கும் கோரைப் பாயை விரிப்பதே ஒரு ஜால வித்தை. நெடுநாள் உண்மையாக உழைத்தும் பென்ஷன் கொடுக்கப்படாததால் அது நடு மத்தியில் இரண்டாகக் கிழிந்து, ஒரு கோடியில் மட்டிலும் ஒட்டிக்கொண்டிருந்தது. அதை விரிப்பது என்றால் முதலில் உதறித் தரையில் போட்டுவிட்டு, கிழிந்து கிடக்கும் இரண்டு துண்டுகளையும் சேர்த்துப் பொருந்த வைக்க வேண்டும். அதுதான் பூர்வாங்க வேலை. பின்பு, விடுதலை பெற முயற்சிக்கும் அதன் கோரைக் கீற்றுகள் முதுகில் குத்தாமல் இருக்க ஒரு துண்டையோ அல்லது மனைவியின் புடவையையோ அல்லது குழந்தையின் பாவாடையையோ எதையாவது எடுத்து மேலே விரிக்க வேண்டும்.

முருகதாசரைப் பொறுத்தவரை - அது அவரது புனைபெயர் - அது இரண்டு பேர் செய்ய வேண்டிய காரியம்.

மறுபடியும், "கமலா!" என்று கூப்பிட்டார்.

சமையல் + உக்ராண + ஸ்நான அறை மூன்று நான்கு கட்டுகள் தாண்டி, துண்டாக, அலாதியாக இருப்பதால் இவருடைய பாய்விரிப்புக் கஷ்டங்கள் அந்த அம்மையாருக்கு எட்டவில்லை.

சென்னையில் 'ஒட்டுக் குடித்தனம்' என்பது ஒரு ரசமான விஷயம். வீட்டுச் சொந்தக்காரன், குடியிருக்க வருகிறவர்கள் எல்லோரும் 'திருக்கழுக்குன்றத்துக் கழுகு' என்று நினைத்துக்கொள்ளுவானோ என்னமோ!

'குடித்தனக்காரர் குடியிருக்க இரண்டு ரூம் காலி' என்று வெளியில் போட்டிருந்த போர்டை நம்பித்தான் முருகதாசர் வீடு - வேட்டையின் போது அங்கே நுழைந்தார்.

உள்ளே வீட்டின் பாக வசதிதான் விசித்திரமாக இருந்தது. முன்பக்கம், ஒற்றைச் சன்னல் படைத்த ஒரு சிற்றறை. அதற்கப்புறம் எங்கோ பல கட்டுகள் தாண்டி மற்றொரு அறை. அதுதான் சமையல் வகையறாவுக்கு. முதல் அறை படிக்க, படுக்க, நாலு பேர் வந்தால்

பேச - இவை எல்லாவற்றிற்கும் பொது இடம். முதலில், முருகதாசர் பொருளாதாரச் சலுகையை உத்தேசித்தே அதில் குடியிருக்கலாம் என்று துணிந்தார். அதனால், தமக்கும் தம் சகதர்மிணிக்கும் இப்படி நிரந்தரமான 'பிளவு' இருக்கும் என்று சிறிதும் எட்டி யோசிக்கவில்லை; மேலும் அவர் யோசிக்கக்கூடியவரும் அல்லர்.

பக்கத்தில் இருந்த அரிக்கன் விளக்கை எடுத்துக்கொண்டு அவர் சமையல் பகுதியை நோக்கிப் பிரயாணமானார்.

இடைவழியில், குழாயடியில் உள்ள வழுக்குப் பிரதேசம், அடுத்த பகுதிக்காரரர் விறகுக் கொட்டில் முதலிய விபத்துக்கள் உள்ள 'பிராட்வே'யை எல்லாம் பொருட்படுத்தாது, ஒருவாறு வந்து சேர்ந்தார். சமையல் அறை வாசலில் ஒரே புகைமயம். "கமலம்!" என்று கம்மிய குரலில் கூப்பிட்டுக்கொண்டு உள்ளே நுழைந்தார்.

உள்ளே புகைத் திரைக்கு அப்பாலிருந்து, "வீடோ லட்சணமோ! விறகைத்தான் பாத்துப் பாத்து வாங்கிக்கொண்டு வந்தியளே! ஒங்களுக்கின்னு தண்ணீலே முக்கிக் குடுத்தானா? எரியவே மாட்டுதில்லை! இங்கே என்ன இப்பொ? விறகு வாங்கின சீரைப் பாத்து மகிழ வந்திட்டியளாக்கும்!" என்று வரவேற்புப் பத்திரம் வாசிக்கப்பட்டது.

"தீப்பெட்டியை இப்படி எடு! அதுக்காகத்தான் வந்தேன்!" என்று நடைப்பக்கமாகப் பின் நோக்கி நடந்தார்.

"இங்கே குச்சியுமில்லை, கிச்சியுமில்லை! அலமுவெ தீப்பெட்டி வாங்க அனுப்பிச்சேன். மண்ணெண்ணெய் விளக்கெ நீங்கதான் துடைச்சுக்கொள்ளணும்" என்றாள் கமலம்.

"குழந்தையை அந்தியிலே வெளியிலே அனுப்பிச்சையே, நான் வந்த பிறகு வாங்கிக்கொள்ளப் படாதா?" என்று அதட்டினார் முருகதாசர்.

"ஆமாம், சொல்ல மறந்தே போயிட்டுதே.... செட்டியார் வந்து விட்டுப் போனார்; நாளை விடியன்னை வருவாராம்!" என்றாள் கமலா.

முருகதாசர் இந்தப் பாசுபதாஸ்திரத்தை எதிர்பார்க்கவில்லை.

"வந்தா, வெறுங்கையை வீசிக்கிட்டுப் போகவேண்டியதுதான்! வர்றதுக்கு நேரம் காலம் இல்லை?" என்று முணுமுணுத்துக்கொண்டே வெளியேற முயற்சித்தார்.

அங்கே, எங்கே போயிட்டிஹ, ஒங்களைத்தானே! கொஞ்சம் நல்லெண்ணை வாங்கிகிட்டு வாருங்களேன்!"

"எங்கிட்ட இப்பொ துட்டுமில்லெ, காசுமில்லை!" என்று திரும்பி நின்று பதிலளித்தார் முருகதாசர்.

"அதுவும் அப்படியா! இன்னா இந்த மிளவொட்டியில மூணு துட்டு இருக்கு; அதெ எடுத்துக்கிட்டுப் போங்க!"

"வந்ததுக்கு ஒரு வேலையா? அங்கே ஒரு பாடு எழுதித் தொலைக்கணும்; இங்கே உனக்கு இப்பத்தான் எண்ணெ புண்ணாக்கு - பகலெல்லாம் என்ன செய்துகிட்டு இருந்தே? இருட்னப் பொறவா எண்ணை வாங்றது! எல்லாம் நாளைக்குப் பாத்துக்கலாம்."

"சோம்பல் வந்தா சாத்திரமும் வரும், எல்லாம் வரும். ஏன் அண்ணைக்குப் போய் வாங்கிட்டு வரலியா - எல்லாம் ஒங்களுக்குத்தான். இப்பத்தான் அப்பளக்காரன் வந்து கொடுத்துட்டுப் போனான்; பிரியமா சாப்பிடுவேளென்று சொன்னேன். பின்னெ அந்தச் சின்னக் கொரங்கெ என்ன இன்னும் காணலெ! போனாப் போனதுதான்; நீங்கதான் சித்த பாருங்களேன்!"

இவ்வளவிற்கும் அவர் இருந்தால்தானே! விறகுப் பிரதேசத்தைத் தாண்டி வழுக்குப் பிரதேசத்தை எட்டிவிட்டார். புகையையும் பேச்சையும் தப்பி வந்தால் போதும் என்றாகிவிட்டது. முருகதாசரின் ஆஸ்தான அறையின் ஒரு விசித்திரம் என்னவென்றால் சென்னையில் 'லைட்டிங் டைம்' அட்டவணையைக்கூட மதிக்காமல் அது இருண்டு விடும்.

இம்மாதிரி மண்ணெண்ணெய் நெருக்கடி ஏற்படாத காலங்களில் அந்த அறைக்குத்தான் முதலில் இராத்திரி. ஆனால், எண்ணெய் நெருக்கடிக் காலங்களில் சிவபிரானின் ஒற்றைக்கண் போன்ற அந்த அறையின் சன்னல், எதிர்ப்பக்கம் நிற்கும் மின்சார விளக்குக் கம்பத்திலிருந்து கொஞ்சம் வெளிச்சத்தைப் பிச்சை வாங்கும். கார்ப்பொரேஷன் தயவு வரும் வரை, ஸ்ரீ முருகதாசர் வேறு வழியில்லாமல் தெரு நடையில் நின்று அலமுவின் வருகையை எதிர்நோக்கியிருக்க வேண்டியதாயிற்று.

முருகதாசர் வானத்தை அளக்கும் கதைகளைக் கட்டுவதில் மிகவும் சமர்த்தர்; 'சாகாவரம் பெற்ற' கதைகளும் எழுதுவார். அந்தத் திறமையை உத்தேசித்து, ஒரு விளம்பரக் கம்பெனி மாதம் முப்பது ரூபாய்க்கு வானத்தையளக்கும் அவரது கற்பனைத் திறமையைக் குத்தகை எடுத்துக்கொண்டது. அதனால் அவர் வீர புருஷர்களையும் அழியாத சித்திரங்களையும் எழுத்தோவியமாகத் தீட்டுவதை விட்டுவிட்டு, சோயாபீன் முதல் மெழுகுவர்த்தி வரையிலும் வெளிநாடுகளிலிருந்து வந்து குவியும். பண்டங்களின்

காவியங்களை இயற்றிக் கொண்டிருக்கிறார். 'டபாஸா' வீரிய மாத்திரையின்மீது பாடிய பரணியும், தேயிலைப் பானத்தின் சுயசரிதையும், அந்தத் தமிழ் தெரியாத வெள்ளைக்காரனையும் இவர்மீது அனுதாபம் காட்டும்படி செய்துவிட்டன. அதற்காகத்தான் அந்த முப்பது ரூபாய்!

வீட்டு எதிரில் நிற்கும் மின்சார விளக்கின் உதவியைக் கொண்டும், பிள்ளையவர்களால் அலமுவைக் கண்டுபிடிக்க இயலவில்லை. வெற்றிலை, வேலை, குழந்தை வராத காரணம் - எல்லாம் அவரது மனத்தில் கவலையைக் கொண்டு கொட்டின. நடையிலிருந்து கீழே இறங்கிச் சந்தின் மூலை வரை சென்று பார்த்து வரலாமா என்று புறப்பட்டார்.

பக்தி மார்க்கத்தில் ஏகாக்கிரக சிந்தையைப் பற்றிப் பிரமாதமாக வர்ணிக்கிறார்கள். மனம் ஒரே விஷயத்தில் லயித்துவிட்டால் போதுமாம். பிள்ளையவர்களைப் பொறுத்தவரை அவர் இந்தப் 'பணம்' என்ற மூன்றெழுத்து மந்திரத்தில் தீவிர சிந்தை செலுத்துபவர். பணத்தை வாரிச் சேர்த்துக் குபேரனாகிவிட வேண்டும் என்ற எண்ணம் ஒன்றுமில்லை. கவலையில்லாமல் ஏதோ சாப்பிட்டோம், வேலை பார்த்தோம், வந்தோம் என்று இருக்க வேண்டும் என்பதற்காக எத்தனையோ வித்தைகளையெல்லாம் செய்துவிட்டார். அவருடைய குடும்பத்தின் வரவு செலவுத் திட்டத்தை மட்டிலும் அவரால் எப்பொழுதும் சமன் செய்ய முடியவில்லை. நிதி மந்திரியாக இருந்தால் பட்ஜட்டில் துண்டு விழுவதற்குப் பொருளாதாரக் காரணங்கள் காட்டிவிட்டு, உபமான்யங்களைத் தைரியமாகக் கேட்கலாம். கவலையில்லாமல், கொஞ்சமும் உடம்பில் பிடிக்காமல் கடன் கேட்டுப் புறப்படுவதற்கு முடியுமா? குடும்பச் செலவு என்றால், சர்க்கார் செலவாகுமா?

கவலை இருக்கப்படாது என்ற உறுதியின் பேரில்தான் நம்பிக்கை என்ற இலட்சியத்தை மட்டும் திருப்தி செய்விக்க, 'சாகாவரம் பெற்ற' கதைகளை எழுதுவதைக் கொஞ்சம் கட்டிவைத்துவிட்டு, இந்த 'லிப்டன் தேயிலை', காப்பி, கொக்கோ ஆகியவற்றின் மான்மியங்களை அவர் எழுத ஆரம்பித்தார். ஒரு பெரிய நாவல் மட்டிலும் எழுதிவிட்டால், அது ஒரு பொன் காய்க்கும் மரமாகிவிடும் என்று அவர் நெஞ்சழுத்தத்துடன் நினைத்த காலங்களும் உண்டு. இப்பொழுது அது ஒரு நெடுந்தூர இலட்சியமாகவே மாறிவிட்டது.

முன்பாவது, அதாவது நம்பிக்கைக் காலத்தில், ஏதோ நினைத்ததைக் கிறுக்கிவைக்கக் காகிதப் பஞ்சமாவது இல்லாமல்

இருந்தது. அப்பொழுது ஒரு பத்திரிகை ஆபீஸில் வேலை. ஆனால், இப்பொழுது காசு கொடுத்து வாங்காவிட்டால் முதுகில்தான் எழுதிக்கொள்ள வேண்டும். முருகதாசர் நல்ல புத்திசாலி; அதனால் தான் முதுகில் எழுதிக்கொள்ளவில்லை. யாராவது ஒரு நண்பரைக் கண்டுவிட்டால் போதும், தமது தூர இலட்சியத்தைப் பற்றி அவரிடம் ஐந்து நிமிஷமாவது பேசாமல் அவரை விடமாட்டார். நண்பர்கள் எஸ்.பி.ஸி.ஏ. (ஜீவஹிம்சை நிவாரணச் சங்கம்)யின் அங்கத்தினர்களோ என்னவோ, அத்தனையும் சகித்துக்கொண்டிருப்பார்கள்...

சந்தில் திரும்பிப் பார்த்தால் அலமுவின் ராஜ்யம் நடந்து கொண்டிருந்தது.

"ஏட்டி, என்ன! நீயோ, உன் லட்சணமோ?" என்று ஆரம்பித்தார் முருகதாசர்.

ஒரு ரிக்ஷா வண்டி. ஏர்க்கால் பக்கத்தில் வண்டிக்காரன் உட்கார்ந்து கொண்டிருக்கிறான். அலமு, ஒரு சுண்டெலி மாதிரி ஜம்மென்று மெத்தையில் உட்கார்ந்திருக்கிறாள். ரிக்ஷாக்காரனுடன் ஏதோ நீண்ட சம்பாஷணை நடந்து கொண்டிருந்தது போலும்!

"ஏட்டி!" என்றார் முருகதாசர் மறுபடியும்.

"இல்லையப்பா. நீ இனிமே என்னை அலமுன்னு கூப்டுவேன்னியே!" என்று சொல்லிக்கொண்டே வண்டியிலிருந்து இறங்க பிரம்மப் பிரயத்தனம் செய்து கொண்டிருந்தாள்.

"தீப்பெட்டி எங்கடீ?" என்றார் முருகதாசர்.

"கடைக்காரன் குடுக்க மாட்டேங்கறான், அப்பா!"

குடுக்காதெ போனா நேரே வீட்டுக்கு வாரது! இங்கெ என்ன இருப்பு?"

"அப்படிக் கேளுங்க சாமி! நம்ம கொளந்தென்னு மெரட்டாமே சொல்லிப் பாத்தேனுங்க. வீட்டுக்கு வண்டியிலே கொண்டாந்துவுடணு முண்ணு மொண்டி பண்ணுதுங்க. எனக்குக் காலுலே சுளுக்கு. அந்தச் சின்னாம்பயலே காணும்..." என்று நீட்டிக்கொண்டே போனான் ரிக்ஷாக்காரன்.

"அப்பா, அவன் பங்கஜத்தெ மாத்ரம் கூட்டிக்கிட்டே போரானே!" என்றாள் அலமு. பங்கஜம் எதிர்வீட்டு சப்ரிஜிஸ்திரார் குழந்தை. அது ரிக்ஷாவிலும் போகும், மோட்டாரிலும் போகும்! அந்த விஷயம் ரிக்ஷாவுக்குத்தான் புரியுமா, குழந்தைக்குத்தான் புரியுமா?

"அலமு! ராத்திரியிலே கொழந்தைகள் ரிக்ஷாவிலே போகப்படாதுடீ எறங்கி வா!" என்று குழந்தையைத் தூக்கிக்கொண்டு வாடிக்கைக் கடைக்காரனிடம் சென்றார் முருகதாசர்.

பிள்ளையவர்கள் கடையை எட்டு முன்பே கடைக்காரன், "சாமி! இந்த மாதிரியிருந்தா கட்டுமா? போன மாசத்திலே தீர்க்கலியே நானும் சொல்லிச் சொல்லிப் பார்த்தாச்சு. பாக்கியை முடிச்சு, கணக்கெத் தீர்த்துடுங்க! எனக்குக் குடுத்துக் கட்டாது. நான் பொளைக்க வந்தவன்" என்றான்.

"நானும் பிழைக்க வந்தவன்தான். எல்லோரும் சாகவா வருகிறார்கள்! மின்னெபின்னேதான் இருக்கும். நான் என்ன கொடுக்க மாட்டேன் என்று சொல்லுகிறேனா?"

"போங்க சாமி! அது ஒண்ணுதான் பாக்கி! ரூ.2-5-4 ஆச்சு; எப்ப வரும்?"

"தீப்பெட்டியெக்குடு, சொல்றேன்!"

"பெட்டிக்கென்ன பிரமாதம்! இந்தாருங்க, எப்ப வரும்?"

"எப்பவா? சம்பளம் நாளைக்குப் போட்ருவாங்கன்னு நினைக்கிறேன்; நாளை இல்லாவிட்டால் திங்கட்கிழமை."

"திங்கட்கிழமை நிச்சயந்தானே? நான் சீட்டுக் கட்டணும்!" என்றான்.

"சரி, பார்க்கிறேன்" என்று திரும்பினார் தாசர்.

"பார்க்கிறேன்னு சொல்ல வேண்டாம், நிச்சயமாக வேண்டும்!"

ஒரு கவலை தீர்ந்தது... அதாவது, திங்கட்கிழமை வரை.

பாதி வழியில் போகையில், "அப்பா" என்றது குழந்தை.

அவர் எதையோ நினைத்துக்கொண்டிருந்ததால், தன்னையறியாமல் கொஞ்சம் கடினமாக, "என்னடி!" என்றார்.

"நீதான் கோவிச்சுக்கிறியே, அப்பா! நான் சொல்ல மாட்டேன், போ!"

"கோவம் என்னடி, கோவம் சும்மா சொல்லு!"

"அதோ பார், பல்லு மாமா?"

முருகதாசரின் நண்பர் சுப்பிரமணிய பிள்ளைக்குக் கொஞ்சம் உயர்ந்த பற்கள். அவை வெளியே நீண்டு கொண்டு, தமது இருப்பை அனாவசியமாக உலகத்திற்கு அறிவித்துக்கொண்டிருந்தன. அதனால் அலமு அவருக்கு இட்ட காரண இடுகுறிப் பெயர் அது.

"எங்கடி!"

"அதோ பார், வீட்டு நடேலே! என்னை எறக்கிவிடப்பா" என்று அவரது கையிலிருந்து வழுவி விடுவித்துக்கொண்டு, வீட்டிற்கு ஓட ஆரம்பித்தது.

"மெதுவா மெதுவா!" என்றார் பிள்ளை; குழந்தையா கேட்கும்?

"மாட்டேன்!" என்றது. அதற்கப்புறம் ஏக களேபரம். பாவாடை தடுக்கியதோ என்னமோ! அலமு வலுக்கட்டாயமாக அங்கப்பிரதக்ஷணம் செய்ய ஆரம்பித்தாள்.

பிள்ளையவர்கள் ஓடிப்போய்க் குழந்தையை வாரி எடுத்தார். ஆனால் இவர் பதட்டத்திற்கு ஏற்ப அங்கு குழந்தைக்கு ஒன்றும் ஏற்படவில்லை.

"தோளுக்கு மேலே தொண்ணூறு, தொடச்சுப் பாத்தா ஒண்ணு மில்லே!" என்று பாடிக்கொண்டு குழந்தை எழுந்தது.

"என்ன ஸார், குழந்தையை நீங்க இப்படி விடலாமா?" என்று சொல்லிக்கொண்டே சுப்பிரமணியம் அவர்கள் பக்கம் வந்தார்.

"என்ன ஸார் செய்யட்டும்! என்ன சொன்னாலும் கேட்கிறதில்லை என்ற உறுதி மனசிலே ஏறிப்போயிருக்கு. வெளிலே புறப்பட்டாச்சா, அப்புறம் தேடிக்கொண்டு பின்னோட பத்துப்பேர். இவளைக் கடைக்கனுப்பிச்சிட்டா தாயார். இவ்வளவு நேரம் அந்த ரிக்ஷாக் காரனோட தர்க்கம் - என்ன செய்கிறது! வாருங்கள் ஸார், உள்ளே! ஒன் மினிட் விளக்கை ஏத்துகிறேன்."

குழந்தை அலமு அதற்குள் வீட்டிற்குள், "பல்லு மாமா வந்துட்டார்!" என்று பொதுவாக உச்ச ஸ்தாயியில் விளம்பரம் செய்து கொண்டு ஓடிவிட்டாள்.

"குழந்தை துருதுருவென்று வருகிறதே! பள்ளிக்கூடத்திற்காவது அனுப்பக்கூடாதா?" என்றார் நண்பர்.

"ஆமாம் ஸார், தொந்திரவு சகிக்கலே. அங்கேதான் கொண்டு தள்ளணும். வயசு கொஞ்சம் ஆகட்டும் என்று பார்க்கிறேன்" என்றார் முருகதாசர், விளக்குத் திரியை உயர்த்திக்கொண்டே.

"நேத்து பீச்சுக்குப் போயிருந்தேன்! சுந்தரத்தைப் பார்த்தேன்..." என்று ஆரம்பித்தார் சுப்பிரமணிய பிள்ளை.

"அந்த ராஸ்கல் வந்துட்டானா! என்றைக்கும் அவன் தொல்லைதான் பெரிய தொல்லையாக இருக்கிறது. இங்கே வந்தான்னா ஆபீஸுக்கு வந்து யாருக்காவது வத்தி வச்சுட்டுப்

போயிடரது... மின்னே வந்தப்போ, என்ன எழவு சொன்னானோ, அந்த ஆர்ட்டிஸ்ட் 'பதி' இருந்தானே அவனுக்குச் சீட்டு கொடுக்க வழி பண்ணிட்டான்..." என்று படபடவென்று பேசிக்கொண்டே போனார் முருகதாசர்.

"அப்படிப் பாத்தா உலகத்திலே யார்தான் ஸார் நல்லவன்! அவன் உங்களைப்பத்தி ரொம்பப் பிரமாதமாக அல்லவா கண்ட இடத்திலெல்லாம் புகழ்ந்து கொண்டிருக்கிறான்."

"சவத்தெ தள்ளுங்க, ஸார்! பேன் பார்த்தாலும் பார்க்கும், காதை அறுத்தாலும் அறுக்கும். அவன் சங்காத்தமே நமக்கு வேண்டாம்... நீங்க என்ன சொல்ல வாயெடுத்தீர்கள்?"

"அதுதான், உங்களெப் பத்தித்தான் ஒரு இங்கிலீஷ்காரனிடம் பிரமாதமாகப் பேசிக்கொண்டிருந்தான்...."

"இவ்வளவுதானா! கதையை எழுதறேன் அல்லது கத்தரிக்காயை அறுக்கிறேன், இவனுக்கென்ன?..."

அதே சமயத்தில் வெளியிலிருந்து, "முருகதாஸ்! முருகதாஸ்!" என்று யாரோ கூப்பிட்டார்கள்.

"அதுதான்! அவன்தான் வந்திருக்கிறான் போலிருக்கிறது! பயலுக்கு நூறு வயசு...."

" 'சைத்தான், நினைக்கு முன்னால் வந்து நிற்பான்' என்பதுதான்!" என்று முணுமுணுத்தார் முருகதாசர்.

பிறகு அவர் எழுந்து நின்று வெளியில் தலையை நீட்டி, "யாரது?" என்றார்.

"என்ன! நான்தான் சுந்தரம், இன்னும் என் குரல் தெரியவில்லையா?" என்று உரத்த குரலில் கடகடவென்று சிரித்துக்கொண்டு உள்ளே நுழைந்தார் வந்தவர். அவருடைய சிரிப்புக்கு இசைந்தபடி காலில் போட்டிருக்கும் ஜோடு தாளம் போட்டது.

"என்ன சுந்தரமா? வா! வா! இப்பொத்தான் உன்னைப்பற்றிப் பேசிக் கொண்டிருந்தோம். நீயும் வந்தாய்! காப்பி போடச் சொல்லட்டுமா? அலமு! அலமு!" என்று உரக்கக் கூவினார் முருகதாசர்.

எங்கிருந்தோ, "என்னப்பா!" என்று அலமுவின் குரல் வந்தது.

"அம்மாவை மூணு கப் காப்பி போடச்சொல்லு. சீக்கிரம் ஆகணும்!"

"நீ என்ன பத்திரிகையை விட்டுவிட்டாயாமே! இப்பத்தான் கேள்விப்பட்டேன்."

"வயிற்றுப்பிழைப்பிற்கு எதில் இருந்தால் என்ன? சீலைப்பேன் குத்துகிறதும் ஒரு 'பிஸினஸ்' ஆக இருந்து, அதில் ஒரு 'சான்ஸ்' கிடைத்தால் அதையும் விட்டா வைக்கிறது? நான் பத்திரிகையை விட்டு விட்டா கதை எழுதாமல் இருந்து விடுவேனோ? ஒரு பெரிய நாவலுக்குப் 'பிளான்' போட்டிருக்கேன். தமிழன்களுக்கு அதிர்ஷ்டம் இருந்தால், எனக்குக் காகிதம் வாங்கவாவது காசு கிடைக்கும். அதில் 'சென்ட்ரல் ஐடியா' என்ன தெரியுமா?...."

"நீங்க நேற்று பொருட்காட்சிக்குப் போனீர்களாமே!" என்று பேச்சை மாற்ற முயன்றார் சுப்பிரமணிய பிள்ளை. இந்த விஷயத்தைத் தொட்டுவிட்டால், முருகதாசர் கீறல் விழுந்த கிராமபோன் பிளேட் மாதிரி விடாமல் திருப்பித் திருப்பி அதையே கதைத்துக்கொண்டிருப்பார்!

"அப்பா! காப்பியாயிட்டுது. நீதான் வந்து எடுத்துக்கிட்டுப் போகணும். சுடுது!" என்று சொல்லிக்கொண்டு, நிலைப்படி இரண்டு பக்கத்தையும் தொட்டவண்ணமாய் ஒற்றைக்காலை ஆட்டிக்கொண்டு நின்றாள் அலமு.

"அம்மா எங்கே?"

"அம்மா சாத்தெ வடிச்சுக்கிட்டிருக்கா, அப்பா!"

"சரி! இதோ வாரேன், போ!"

"வாயேன்!"

"வர்ரேன்னா, போடீ உள்ளே!"

"காப்பி ஆறிப்போயிடும், அப்பா!"

"இதோ ஒரு நிமிஷம்!" என்று சொல்லிக்கொண்டு உள்ளே சென்றார்.

"மாமா! நீ என்ன கொண்டாந்தே!" என்று கேட்டுக்கொண்டு, சுப்பிரமணிய பிள்ளை மடியில் உட்கார்ந்து, கழுத்திலிருக்கும் நெக்டையைப் பிடித்து விளையாட ஆரம்பித்தாள் அலமு.

"அதெப் பிடித்து இழுக்காதே! மாமாவுக்குக் கழுத்து வலிக்கும்!" என்றார் சுந்தரம் பிள்ளை.

"வலிக்காதே" என்று மறுபடியும் ஆரம்பித்தாள்.

முருகதாசரும் மேல்துண்டின் உதவியால் ஒரு செம்பை ஏந்திய வண்ணம் உள்ளே நுழைந்தார்.

"என்னப்பா, மூணு டம்ளர் கொண்டாந்தே! எனக்கில்லையா?"

"உனக்கென்னடி இங்கே! அம்மாகூடப் போய்ச் சாப்பிடு!"

"மாட்டேன்" என்று ஒரு டம்ளரை எடுத்து வைத்துக்கொண்டது குழந்தை.

முருகதாசர் காப்பியை ஆற்றி, சுந்தரம் கையில் ஒரு டம்ளரைக் கொடுத்தார்.

சுந்தரம் வாங்கி மடக் மடக்கென்று மருந்து குடிப்பது போல் குடித்துவிட்டு, "காப்பி வெகு ஜோர்!" என்று சர்டிபிகேட் கொடுத்தார்.

மற்றொரு டம்ளர் சுப்பிரமணிய பிள்ளையிடம் கொடுக்கப்பட்டது. "மாமா! எனக்கில்லையா?" என்று அவரிடம் சென்று ஒண்டினாள் அலமு.

"வாடி, நாம ரெண்டு பேரும் சாப்பிடுவோம்!" என்றார் முருகதாசர்.

"மாமாகூடத்தான்!" என்றது குழந்தை. சுப்பிரமணிய பிள்ளை கையிலிருந்த டம்ளரில் அலமுவைக் குடிக்கச் செய்தார்.

பாதியானதும், "போதும்!" என்றது குழந்தை.

"இந்தாருங்க ஸார்!" என்று மற்ற டம்ளரையும் நீட்டினார் முருகதாசர்.

"வேண்டாம் வேண்டாம்! இதுவே போதும்" என்றார் சுப்பிரமணிய பிள்ளை.

"நான்சென்ஸ்!" என்று சொல்லிவிட்டு, குழந்தை எச்சிற்படுத்தியதைத் தாம் வாங்கிக்கொண்டார் தாசர்.

"நேரமாகிறது, மவுண்டில் ஒரு நண்பரைப் பார்க்க வேண்டும்!" என்று எழுந்தார் சுந்தரம். "அதற்குள்ளாகவா? வெற்றிலைப் போட்டுக் கொண்டு போகலாம்!" என்றார் முருகதாசர்.

"கையில் எடுத்துக்கொண்டேன். நேரமாகிறது! அப்புறம் பார்க்கிறேன்!" என்று சொல்லிக்கொண்டு வெளியேறினார் சுந்தரம்.

கையில் இருந்த புகையிலையை வாயில் ஒதுக்கிவிட்டு, சிறிது சிரமத்துடன் தமக்கு நேரமாவதைத் தெரிவித்துக்கொண்டார் சுப்பிரமணிய பிள்ளை.

தொண்டையைச் சிறிது கனைத்துக்கொண்டு, "சுப்ரமண்யம், உங்களிடம் ஏதாவது சேஞ்ச் இருக்கிறதா? ஒரு மூன்று ரூபாய் வேண்டும்!" என்றார் முருகதாசர்.

"ஏது அவசரம்?"

"சம்பளம் போடலே; இங்கு கொஞ்சம் அவசியமாக வேண்டியிருக்கிறது... திங்கட்கிழமை கொடுத்துவிடுகிறேன்!"

"அதற்கென்ன?" பர்ஸை எடுத்துப் பார்த்துவிட்டு, "இப்போ என் கையில் இதுதான் இருக்கிறது!" என்று ஓர் எட்டணாவைக் கொடுத்தார் சுப்பிரமணியம்.

"இது போதாதே!" என்று சொல்லி, அதையும் வாங்கி வைத்துக் கொண்டார் முருகதாசர்.

"அப்பொ ..." என்று மீண்டும் ஏதோ ஆரம்பித்தார்.

"பார்ப்போம்! எனக்குக் கொஞ்சம் வேலையிருக்கிறது" என்று சுப்பிரமணியமும் விடைபெற்றுச் சென்றார்.

முருகதாசர் தமது ஆஸ்தான அறையின் சிம்மாசனமான பழைய கோரைப்பாயில் உட்கார்ந்து கொண்டு, அந்த எட்டணாவைத் திருப்பித் திருப்பிப் பார்த்துக்கொண்டு, நீண்ட யோசனையில் ஆழ்ந்திருந்தார்.

"அங்கெ என்ன செய்யறீங்க?" என்ற மனைவியின் குரல்!

"நீதான் இங்கே வாயேன்!"

கமலம் உள்ளே வந்து, "அப்பாடா!" என்று உட்கார்ந்தாள். அவர் கையில் இருக்கும் சில்லறையைப் பார்த்துவிட்டு, "இதேது?" என்றாள்.

"சுப்பிரமணியத்திடம் வாங்கினேன்!"

"உங்களுக்கும்.... வேலையில்லையா?" என்று முகத்தைச் சிணுக்கினாள் கமலம். பிறகு திடீரென்று எதையோ எண்ணிக் கொண்டு, "ஆமாம், இப்பத்தான் நினைப்பு வந்தது. நாளைக்குக் காப்பிப் பொடியில்லை, அதெ வச்சு வாங்கி வாருங்களேன்!" என்றாள்.

"அந்தக் கடைக்காரனுக்காக அல்லவா வாங்கினேன்! அதைக் கொடுத்துவிட்டால்?"

"திங்கட்கிழமை கொடுப்பதாகத்தானே சொன்னீர்களாம்!"

"அதற்கென்ன இப்பொழுது!"

"போய்ச் சீக்கிரம் வாங்கி வாருங்கள்!"

"திங்கட்கிழமைக்கு?"

"திங்கட்கிழமை பார்த்துக்கொள்ளுகிறது!"

■

காலனும் கிழவியும்

வெள்ளைக்கோயில் என்றால் அந்தப் பகுதியில் சுடுகாடு என்று அர்த்தம். ஆனால், அது ஒரு கிராமமும்கூட. கிராம முனிஸீபு முதலிய சம்பிரமங்கள் எல்லாம் உண்டு. ஊர் என்னமோ அப்படி அப்படித்தான்.

வெள்ளைக்கோயிலுக்குப் போறேன் என்றால் உலகத்திடம் செலவு பெற்றுக்கொள்வது என்பது அந்தப் பகுதிவாசிகளின் வியாக்கியானம். ஆனால், வெள்ளைக்கோயிலுக்குப் போய்த் திரும்பி வருகிறவர்களும் பலர் உண்டு. ஏன், சுப்பு நாடான் தினசரி காலையும் சாயங்காலமும் அங்கு போய்த்தான் ஏழை மக்களுக்குக் கஷ்டத்தை மறக்க வைக்கும் அமுதத்தை இறக்கி வருகிறான். மாடத்தி தினசரி அங்கு போய்த்தான் சுள்ளி பொறுக்கிக்கொண்டு திரும்புகிறாள். ஆனால் இப்படித் திரும்புகிறவர்களைப் பற்றி மட்டிலும் நினைவு வருகிறதில்லை போலும் அவ்வூர்வாசிகளுக்கு.

அந்தப் பிரதேசத்திற்குச் சென்றும் வெறுங்கையுடன் திரும்பி வரும் நிலைமை ஒரே ஓர் ஆசாமிக்கு ஏற்பட்டது. அவர்தான் தர்மராஜா.

இந்தச் சமாசாரத்தை பற்றி வெள்ளைக்கோயில்காரருக்குத் தெரியாது. ஏனென்றால், மருதாயி, புகையும் சுடுகாட்டுக்கும் சலசலக்கும் பனைவிளைக்கும் இடையில் உள்ள ஒரு குடிசையில் வசிக்கும் கிழவி.

மருதாயிக்கு இந்த விளையில் பனைகள் சிறு விடலிகளாக நின்றது தெரியும். அது மட்டுமா? கும்பினிக்காரன் பட்டாளம் அந்த வழியாகச் சென்றது எல்லாம் தெரியும். அந்தக் காலத்தில் மருதாயியின் பறையன் நல்ல செயலுள்ளவனாக இருந்தான். வஞ்சகமில்லாமல் குடிப்பான்.

மருதாயிக்கு அந்தக் காலத்திலேயிருந்த மிடுக்கு சொல்லி முடியாது. அறுப்புக்குச் சென்றுவிட்டு, களத்திலிருந்து மடி நிறையக் கொண்டு வரும் நெல்லை, கள்ளாக மாற்றுவதில் நிபுணி. சதிபதிகள் இருவரும் இந்த இலட்சியத்தை நோக்கி நடந்தால் வெள்ளைக் கோயில் பக்கம் குடியிருக்காமல் வேறு என்ன செய்ய முடியும்?

மருதாயிக்குப் பிள்ளைகள் பிறந்தன. அவையெல்லாம் எப்பவோ ஒரு காலத்தில் நடந்த சமாசாரம் - கனவு போல. இப்பொழுது

பேரன் மாடசாமியும், எருமைக்கிடாவுந்தான் அவளுடைய மங்கிய கண்கள் கண்ட உண்மைகள். கிடாவை வெளியில் மேயவிட்டுக் கொண்டு வருவான் பேரன். கிடாவும் நன்றாகக் கருகருவென்று ஊரார் வயலை மேய்ந்து கொழுத்து வளர்ந்திருந்தது. வாங்குவதற்கு ஆள் வருவதை மாடசாமி எதிர்பார்த்திருந்தான்.

மாடசாமி அவளுடைய கடைக்குட்டிப் பெண்வழிப் பேரன். கொஞ்சம் துடிப்பான பயல். பாட்டனின் ரத்தம் கொஞ்சம் ஜாஸ்தி. அதனால்தான் மாடு மேய்க்கிற 'சாக்கில்' கிழவியைக் குடிசையில் போட்டு விட்டுப் போய்விடுவான். அவனுக்கு ஒரு பெண்ணைக் கட்டிவைத்துவிட்டால் தனக்கு இந்தக் குடிசை காவல் ஓயும் என்று நினைப்பாள் கிழவி. தன் கைக்கு ஒரு கோல் போல அவளுக்கும் ஒரு உதவிக் கட்டை தேவை என்று நினைத்தாள்.

காலத்தின் வாசனை படாத யமபுரியில் சிறிது பரபரப்பு. யம தர்மராஜா நேரிலேயே சென்று அழைத்து வரவேண்டிய ஒரு புள்ளியின் சீட்டுக் கிழிந்துவிட்டது என்பதைச் சித்திரபுத்திரன் மகாராஜாவிடம் அறிவித்தான். சித்திரபுத்திரனுக்கு ஓலைச்சுவடிகளைப் பார்த்துப் பார்த்தோ என்னவோ சிறிது காலமாகப் பார்வை அவ்வளவு தெளிவில்லை.

நேற்றும் இன்றும் அற்ற லோகத்தில் மாறுதல் ஏற்படுவது ஆச்சரியந்தான். இருந்தாலும் உண்மையை மறைக்க முடியவில்லையே!

தர்மராஜாவின் சிங்காதனத்தின் மேல் அந்தரத்தில் தொங்கும் ஒளிவாளின் மீது மாசு படர்ந்துவிட்டது - காரணம், மகாராஜனின் தொழிலிலும் மனத்திலும் மாசு படர்ந்ததால் என்று கிங்கரர்களுக்குள் ஒரு வதந்தி. மகாராஜாவும் தம் முன் வரும் உயிர்களுக்கு நியாயம் வழங்கும் போதெல்லாம் அடிக்கடி உயர அண்ணாந்து வாளைப் பார்த்துக்கொள்வாராம்.

போருக்கு முதல்வனையும் ஊருக்கு முதல்வரையும் மகாராஜாவே நேரில் சென்று அழைத்து வரவேண்டும் என்பது சம்பிரதாயம். காலத்திற்கு அதிபதியான மன்னன் அந்தக் கைங்கரியத்தைச் செய்வதில் மனக்குழப்பம் ஏற்பட்டது.

பூலோகத்திலே, குறிப்பாக வெள்ளைக் கோயிலிலே, அப்போது அஸ்தமன சமயம். பேய்க்காற்று யமதர்மராஜனின் வருகையை அலறி அறிவித்தது. பனைமரங்கள் தங்கள் ஓலைச் சிரங்களைச் சலசலத்துச் சிரக்கம்பம் செய்தன. சுடுகாட்டுச் சிதையில் வெந்து நீறாகும் வாத்தியார் உடல் ஒன்று கிழவிக்குக் கிடைக்கப்

போகும் பெருமையைக் கண்டு பொறாமைப் புகையைக் கக்கித் தன்னையழித்துக்கொண்டது. எங்கிருந்தோ ஒரு கூகையின் அலறல்.

ஓடிப்போய்ப் பேயாக மாறியாவது தனக்குக் கிடைக்கப் போகும் சித்திரவதைகளிலிருந்து தப்ப முயலும் வாத்தியார் உயிரை மறித்து தூண்டிலில் மாட்டி, மேல் நோக்கிப் பறக்கும் கிங்கரர்கள், மகாராஜா தூரத்திலே வருவதைக்கண்டு வேகமாக யமபுரியை நோக்கிச் செல்லலானார்கள்.

எங்கிருந்தோ ஒரு நாய் தர்மராஜனின் வருகையை அறிந்து கொண்டு அழுது ஓலமிட்டது.

கிழவி, குடிசைக்கதவை இழுத்துச் சாத்திவிட்டு இடுக்கான நடையில் வந்து உட்கார்ந்து வெற்றிலைக் குழவியை எடுக்கத் தடவினாள். கை கொஞ்சம் நடுங்கியது. என்றுமில்லாமல் கொஞ்சம் நாவறட்சி ஏற்பட்டது. சவத்துப் பயலெ அந்திலெ சந்திலெ தங்காதே, மாட்டே ஓட்டிக்கிட்டு வந்திருன்னு சொன்னா, மூதி...' என்று சொல்லிக்கொண்டே தண்ணீர்க் கலயத்தை எடுத்தாள்.

புறக்கடையில் திடுதிடுவென்று எருமைக் கிடா வந்து நின்றது. அதன் மேலிருந்த கறுத்த யுவன் குதித்தான்.

"ஏலே மாடா, எத்தினி தெறவேதான் ஒன்கிட்டச் சொல்லி மாரடிக்க. மூதி, தொளுவிலே கட்டி, பருத்தி விதையெ அள்ளி வய்யி. பாளையங்கோட்டை எசமா வந்திருந்தாவ. நாளைக்கி கூடாவெ கொண்டாரச் சொன்னாவ!" என்றாள் வந்தவனைப் பார்த்து.

வந்தவன்தான் எமதர்மராஜா.

'பாவம் கிழவிக்கு அவ்வளவு கண் பஞ்சடைந்து போய்விட்டதா?' என்று அவன் மனம் இளகியது. கிழவியின் கடைசி விருப்பத்திற்குத் தடையாக ஏன் இருக்க வேண்டும் என்று எருமையைத் தொழுவில் கட்டிவிட்டு, பருத்தி விதையை அள்ளிவைத்தான். பூலோகத் தீனியைக் கண்டிராத எருமை திருதிருவென்று விழித்தது.

கிழவி திடுக்கிட்டுவிடாமல் இதமாக வந்த காரியத்தைத் தெரிவிக்க வேண்டும் என்று நினைத்துக்கொண்டு குனிந்து குடிசைக்குள் நுழைந்தான் யமன்.

"ஏலே அய்யா, அந்த வெத்திலைச்சருகை இப்பிடித் தள்ளிப்போடு!" என்றாள் கிழவி.

வெற்றிலையை எடுத்துக் கொடுத்துவிட்டு, "அதிருக்கட்டும் கிழவி, நான் யார் தெரியுமா? என்னை நல்லாப் பாரு! நான்தான்..." என்று ஆரம்பித்தான் எமன்.

"என்ன குடிச்சுப்பிட்டு வந்தியாலே! எனக்கென்ன கண்ணு பொட்டையாப் போச்சுன்னு நினைச்சிக்கிட்டியாலே!" கிழவிக்கு அவன் நின்ற நிலையைப் பார்த்ததும் மத்தியானச் சம்பவம் ஏதோ நினைவுக்கு வந்தது.

"சிங்கிகொளத்தா மவளே, அவதான் சொக்கி, அவளைப் பார்த்திருக்கியாலே... நேத்து கூடச் சுள்ளி பொறுக்க வந்தாளே... அவ அப்பங்காரன் வந்திருந்தான்... உனக்கு அவளெப் புடிச்சுக் கட்டிப் போட்டுட்டா நல்லதுன்னான். என்ன சொல்றே?..."

காலத்தின் அதிபனான, காலத்தின் எல்லைக்கு அப்பாற்பட்ட யமதர்மராஜன் நடுநடுங்கினான்.

"நான்தான் யமதர்மராஜன்!" என்று அவனது வாய் உளறியது. பயப்பிராந்தியில் வாய் உண்மையைக் கக்கியது. ஆனால் அந்த உண்மை கிழவியின் உள்ளத்தில் பயத்தை ஏற்படுத்தவில்லை.

"குடிச்சுப்பிட்டுத்தான் வந்திருக்கே... ஓங்க பாட்டன் குடிச்சுக் குடிச்சுத்தான் தொலைஞ்சான்... அதான் வெள்ளக்கோயில் குடிசை! நாசமாப் போரத்துக்கு நாலு வளி வேணுமா? விதி யாரை விட்டுது...?" என்றாள்.

விதியைப் பற்றி நினைத்ததும் கிழவிக்கு என்றுமில்லாத தளர்வு தட்டியது... மூச்சுத் திணறியது... யமனுக்குக் கால்களில் தெம்பு தட்டியது... விதிக்கோலைப் பற்றித் தன் ஆட்சியை நிலைநாட்ட நிமிர்ந்தான்...

"ஏலே, ஒன் வக்கணையெல்லாம் இருக்கட்டுமிலே, என்னா, எருமை அத்துக்கிட்டு ஓடுது? மறிச்சுப் பிடிச்சா!" என்றாள் கிழவி.

'ஏதேச்சையாக அலைந்த வாகனத்தைக் கட்டிப்போட்டுப் பருத்தி விதை வைத்தால் நிற்குமா?' என்று நினைத்துக்கொண்டே, வெளியேறி வந்து சமிக்ஞை செய்தான் யமன். வாகனம் வந்து மறைவில் அவன் சொற்படி நின்றது.

எருமையின் முதுகில் போட்டிருக்கிற பாசக் கயிற்றை எடுத்துக்கொண்டு மறுபடியும் உள்ளே நுழைந்தான் யமன். பாசத்தால் அவளைக் கட்டிவிடலாம் என்று நம்பினான். பாவம்!

"ஏலே, கயிறு நல்லா உறுதியாக இருக்கே, எங்கலே வாங்கினே? ஓங்க பாட்டனிருந்தாருல்ல, அவருக்கு அப்பங் காலத்துலேதான் இது மாதிரிக் கெடைக்கும். அங்கென சுத்தி ஒரு கொடியாக் கட்டிப் போட்டு வய்யி, ஒண்ணுக்குமில்லாட்டா நாலு ஓலையையாவது சேத்துக் கட்டிக்கிட்டு வரலாம்!" என்றாள்.

பாசக் கயிற்றின் நுனியைக் கூரையைத் தாங்கும் விட்டத்தில் கட்டிக்கொண்டே, தான் அவள் பேரன் அல்லன் என்பதை இந்தக்

கிழவிக்கு எப்படித் தெளிவுப்படுத்துவது என்று எண்ணியெண்ணிப் பார்த்தான். தனது சுய உருவைக் காண்பித்தால் - பயந்துவிட்டால் என்ன செய்வது என்ற நினைப்பு... வேறு வழியில்லை...

"ஏ கிழவி, என்னை இப்படித் திரும்பிப் பார்!" என்று அதிகாரத் தொனியில் ஒரு குரல் எழுந்தது.

கிழவி திரும்பிப் பார்த்தாள். கூரையின் முகட்டையும் தாண்டி, ஸ்தூலத் தடையால் மறையாமல் யமன் தன் சுய உருவில் கம்பீரமாக நிற்பதைக் கண்டாள்.

"நீ யாரப்பா! இங்னெ ஏம் பேரன் நிண்டுகிட்டிருந்தானே, அவனெங்கே?" என்றாள்.

"நான்தான் யமன்! நான்தான் அவன்; உன் பேரனில்லை!" என்றான் யமன்.

"அப்படியா சேதி! வா இப்படி இரி" என்று கொண்டே, வெற்றிலையைத் தட்டத் தொடங்கினாள் கிழவி. "இப்பம் எதுக்கு இங்கெ வந்தே?"

யமன் அவள் அருகில் வந்து உட்கார்ந்தான். அதனால், நின்றதன் காம்பீரியம் மறைந்துவிட்டது.

"போருக்கு முதல்வனையும் ஊருக்கு மூத்தவரையும் நான்தான் அழைத்துக்கொண்டு போக வேண்டும்" என்றான்.

"அப்பிடின்னா?"

"நீ என்கூட வரவேண்டும். நீ அப்பொழுது கட்டிப்போடச் சொன்னாயே அது உன் எருமையல்ல, என் வாகனம்..."

"நான் ஒன்கூட வரணுமாக்கும்! என்னெ கூட்டிக்கிட்டுப் போவ ஒனக்குத் தெறமையிருக்கா? ஒனக்குப் பாதி வேலே கூட சரியாச் செய்யத் தெரியாதே. என்னெக் கட்டோடெ கூட்டிக்கிட்டுப் போவ ஒனக்கு முடியுமா?"

"எனக்கு முடியாத ஒன்று இருக்கிறதா? நான் இதுவரை எத்தனை பேரை அழைத்துச் சென்றிருக்கிறேன்-அது உனக்கெப்படித் தெரியும்? நீ என்ன புராணம், இதிகாசம் படிக்கக்கூடிய ஜாதியில் பிறந்திருக் கிறாயா?..." இப்படிச் சொல்லிக்கொண்டு போகும் பொழுதே யமனுக்குத் தானே தனக்குப் பொய் சொல்லிக்கொள்கிறது போலப் பட்டது; ஏனென்றால் அவனுக்கு மார்க்கண்டன் சமாசாரமும் நினைவுக்கு வந்துவிட்டது.

"அதெல்லாம் இருக்கட்டும், நீ என்னெக் கூட்டிக்கிட்டு போய்த்தின்னா, நான் இருந்த நெனப்பே, என்னப் பத்தின நெனப்பே, நான் வச்சிருந்த பொளங்கின சாமானெல்லாம் ஒன்னோடெ எடுத்துக்கிட்டுப் போவ முடியுமா? என்னமோ எமன்

கிமன் இன்னு பயமுறுத்திரியே, ஒன் தொழிலே ஒனக்குச் செய்யத் தெரியலியே அதெத் தெரிஞ்சிக்கிட்டு எங்கிட்ட வா!" என்று காலை நீட்டிக்கொண்டு முழங்காலைத் தடவினாள் கிழவி.

"என்ன சொன்னாய்! எனக்கா தெரியாது? இதோபார், உன்னை என்ன செய்கிறேன்!" என்று உறுமிக்கொண்டு எழுந்தான் யமன். அந்தோ! அவன் வீசவேண்டிய பாசக்கயிறு அவனே கட்டிய கொடியாகத் தொங்கியது!

"உன்னாலெ என் உசிரெத்தானே எடுத்துக்கிட்டுப் போவ முடியும்? இந்த உடலைக்கூடத் தூக்கிட்டுப் போவ உனக்குத் தெறமை இருக்கா? யோசிச்சுப்பாரு. ஒண்ணெ வேறயா மாத்த முடியும்; உன்னாலே அழிக்க முடியுமா! அடியோட இல்லாமே ஆக்க முடியுமா? அதெ உன்னைப் படைச்ச கடவுளாலேயே செய்ய முடியாதே! அப்புறமில்ல உனக்கு? பழசுன்னா அவ்வளவு கிள்ளுக்கீரேன்னா நெனச்சே?" என்று பொக்கை வாயைத் திறந்து காட்டிச் சிரித்தாள் கிழவி.

கையைப் பிசைந்து கொண்டே வெளியேறினான் யமன். அன்றுதான் அவனுக்கு உண்மையான தோல்வி. மார்க்கண்டேயன் சமாசாரம் கூட அவனுக்கு அன்று வெற்றி மாதிரியே புலப்பட்டது.

யமராஜனின் தோல்வியைக் கண்டு தன்னைக் காப்பாற்றிக்கொள்ளப் போய்ப் பதுங்கியது போலப் பேய்க்காற்றும் ஓய்ந்து நின்றது. மாடசாமி எருமையை ஓட்டிக்கொண்டு வந்து சேர்ந்தான். கட்டுத்தறியில் தீனி போட்டுப் பருத்தி விதை வைத்துத் தயாராக இருந்ததைக் கண்டான். குருட்டுக் கிழவிக்கு வெறும் இடத்தில் எருமையிருப்பதாகத் தோன்றியதால் எல்லாம் தானாகத் தடவித் தடவிச் செய்திருக்கிறாள் என்று அவனுக்குத் தோன்றியது.

உள்ளே நுழைந்தான். வாயில் வெற்றிலையைக் குதப்பிக்கொண்டே கிழவி யமதேவனின் விஜயத்தையும், தோல்வியையும் பற்றிச் சொன்னாள். மாடசாமி வாலிபத்தின் அவநம்பிக்கையுடன் சிரித்தான். 'குருட்டு மூதி என்னவோ ஒளருது' என்று முணுமுணுத்தான்.

இருந்தாலும், நல்ல கெட்டிக் கயிறு; காஞ்ச சருகாவது கட்டலாம். கைக்கு வந்தது தவறிவிட்டதே!'யென்று அவள் ஏங்கியது அவனுக்கும் கொஞ்சம் நம்பும்படிதான் இருந்தது.

■

நாசகாரக் கும்பல்

டாக்டர் விசுவநாத பிள்ளை (வெறும் சென்னை எல்.எம்.பி.தான்) சென்ற முப்பது முப்பத்தைந்து வருஷமாக ஆந்திர ஜில்லாவாசிகளிடை யமன் பட்டியல் தயாரித்து விட்டு, பென்ஷன் பெற்று, திருச்செந்தூர் ஜில்லா போர்டு ரஸ்தாவில் பாளையங்கோட்டைக்கு எட்டாவது கல்லில் இருக்கும் அழகிய நம்பியாபுரம் என்ற கிராமத்தில் குடியேறினார். (என் திருநெல்வேலி நண்பர்கள் அழகிய நம்பியாபுரத்தைத் தேடி ஜில்லாப் படத்துடன் மோதி மூளையை வரள வைத்துக்கொள்ள வேண்டாம். அதில் இல்லை.)

ஏறக்குறைய அதே சமயத்தில் தான், குடிமகன் மருதப்பனும் இலங்கைத் தோட்டத் துரைகளுக்கு க்ஷவரகனாக இருந்து, படிப்படியாகக் கொழும்பு கோட்டைத் தெருக்களில் ஸலூன் வைக்கும் அதிர்ஷ்டமடைந்து, அதில் ஒரு பத்து வருஷலாபத்தாலும், அங்கு சிறிது மனனம் செய்து கொண்ட 'வாகட சாஸ்திரம்', 'போகர் இருநூறு', 'கோரக்கர் மூலிகைச் சிந்தாமணி' இவற்றின் பரிச்சயத்தாலும் உயர்திரு. மருதப்ப மருத்துவனாராகி அழகியநம்பியாபுரத்தில் வந்து குடியேறினான்.

இவ்விருவரும் இவ்வூருக்கு ஒரே சமயத்தில் படையெடுத்தது தற்செயலாக ஏற்பட்ட சம்பவம். ஆனால், அழகிய நம்பியாபுரத்தில் இவர்கள் வருகைக்கப்புறம் ஒரு மறைமுகமான மாறுதல் ஏற்பட்டது.

ஸ்ரீ விசுவநாத பிள்ளை சாதாரண வேளாளர் வகுப்பில் பிறந்து, வைத்தியத் தொழில் நல்ல லாபம் தரும் என்ற நம்பிக்கையில் வாலிப காலத்தில் அதில் ஈடுபட்டார். அந்தக் காலத்தில் வைத்தியக் கல்வி படிக்க வருகிறவர்களுக்கு 'ஸ்டைப்பன்ட்' (உபகாரச் சம்பளம்) கொடுத்ததும் இவருக்கு இந்தத் தொழிலில் ஆசை விழ ஒரு தூண்டுகோல் என்று சொல்ல வேண்டும். மேலும், அக்காலத்தில் சர்க்கார் உத்தியோகம் கைமேலே. பத்தொன்பதாம் நூற்றாண்டின் இறுதியில் வெள்ளைக்கார வைத்திய சாஸ்திரம் இவ்வளவு பிரமாத அபிவிருத்தியடையவில்லை.

உளுத்துப்போன அந்த 'மெடீரியா மெடிகா'வும் சீமையிலிருந்து தளும்பி வழிந்த வைத்திய சாஸ்திரமுமே இந்திய விதேசி வைத்தியசாலை 'வடிகால்களில்' ஓடின. ஆகையால், பாஸ்

செய்வதற்கும் உத்தியோகம் பார்ப்பதற்கும் அவ்வளவாகச் சிரமமில்லாதிருந்தது. மேலும் வெள்ளைக்காரர்கள் தங்கள் வைத்திய சாஸ்திரத்தைப் பிரசாரம் செய்வதிலேயே ஊக்கங்கொண்டிருந்தனர்.

ஸ்ரீ விசுவநாத பிள்ளை படித்துத் தேறி, பணம் சம்பாதித்தது ஒரு பெரிய வசன காவியம்; அதற்கு இங்கு இடமில்லை. ஆனால், அந்தப் 'பிணமறுக்கும் தொழில்' அவரை நாஸ்திகராக்கிவிடவில்லை. அவருக்கு 'மெடீரியா மெடிகா'வில் எவ்வளவு அபார நம்பிக்கையோ, அவ்வளவு சைவ சித்தாந்த நூல்களிலும் உண்டு. சிவஞான போதச் சிற்றுரையும், 'ஸ்டெதாஸ்கோப்'பும், உத்தியோக காலத்தில் அபேதமாக இடம் பெற்றன. மேலும் திருநீறு முதலிய புறச்சின்னங்களின் உபயோகத்தையும் அவர் நன்கறிந்தவர்.

ஸ்ரீவிசுவநாத பிள்ளை பொதுவாக நல்ல மனுஷ்யர். நாலு பெயரிடம் சுமுகமாகப் பேசிப் பழகக்கூடியவர். எடுப்பு, மாஜி சர்க்கார் உத்தியோகஸ்தர் என்ற மிடுக்கு, ஒன்றும் கிடையாது.

பிள்ளையவர்களின் குடும்பம் விசாலமானதன்று. பெரிய கட்டுக்கோப்பில் தம் வம்சம் விருத்தியாகி லோகத்தின் அஷ்ட திக்கிலும் சென்று ஜயக்கொடி நாட்ட வேண்டும் என்று அவர் ஆசை கொள்ளாதவர் என்பதை அவருடைய ஏகபுத்திரன் மிஸ்டர் கிருஷ்ணசாமி நிரூபித்தான். ஸ்ரீமதி விசுவநாதபிள்ளை - அதாவது 'சாலாச்சியம்மா' (விசாலாட்சியம்மாள்) - நிரந்தரமாக, பிள்ளையவர்களின் சலித்துப்போன வைத்தியத்திற்கும் மீறிய வயிற்று சம்பந்தமான வியாதி உடையவள் என்பதை மத்தியானத்தில் மட்டிலும் அருந்தும் கேப்பைக் கஞ்சி எடுத்துக் காட்டுகிறது. சாலாச்சியம்மாள் பழைய காலத்து வேளாளக் குடும்ப நாகரிகத்து மோஸ்தர்படி பின் கொசுவம் வைத்துக் கட்டிய உடையுடனும், கழுத்து காதணிகளுடனும் வீடு நிறைந்து காட்சியளிப்பாள்.

மிஸ்டர் கிருஷ்ணசாமி அப்பாவின் வற்புறுத்தலுக்காகப் 'பட்டணத்தில்' வைத்தியப்படிப்பில் தகப்பனார் சென்ற பாதையில் நம்பிக்கை கொள்ள முயலுகிறான்.

உயர்திரு. மருதப்ப மருத்துவனார் வாழ்க்கை இதே ரீதியில் செல்லவில்லை. மேடு பள்ளங்களைக் கண்டது. தலை நரைக்கும் வரை உழைப்பில் காய்த்துப்போன கை, காசு பணத்தை நிறையக் காணவில்லை.

அநுபவத்தின் கொடூரமான அல்லது இன்பகரமான சாயை விழாத, நம்பிக்கையும் நேசப்பான்மையும் நிறைந்த வாலிபப் பருவத்தில் குடிமகன் மருதப்பன் தூத்துக்குடியில் கொழும்புக்குக்

கப்பலேறினான். திருநெல்வேலித் தாழ்த்தப்பட்ட வகுப்புக்களிடை கொழும்பு என்றால் இலங்கையின் ரப்பர், தேயிலைத் தோட்டங்கள் என்றுதான் பொருள். உயர்ந்த வேளாள வகுப்புக்களிடையேதான் கோட்டைப்பகுதி மண்டி வியாபாரம் என்ற அர்த்தம். மருதப்பன் நம்பிக்கையும் மேற்சொன்ன விதத்தில்தான்.

நூரளைத் தோட்டத் துரைகளுக்கும் உயர்ரகத் தோட்ட உத்தியோகஸ்தர்களுக்கும் க்ஷவரத் தொழில் செய்து, கை நிறையக் கொடுத்த பக்ஷிஸ், சம்பளம், உணவு இவற்றுடன், இடையிடையே தொல்லைப்படுத்திய மலைக்காய்ச்சலும் பெற்று, கடைசியாகத் தன் முப்பதாவது வயதில் கொழும்பில் ஸலூன் வைத்தான். அந்தக் காலத்தில் ஸலூன் தொழிலில் அவ்வளவு போட்டி கிடையாது. இந்தியாக்காரர்கள் அவனுக்கு ஆதரவு அளித்தனர். தொழில் வளர்ந்தது. எப்பொழுதோ ஒரு முறை செய்த அவனுடைய இந்தியப் படையெடுப்பும் கலியாணமும் இடையிடையே நடைபெற்ற சம்பவங்கள்.

ஸலூன் முயற்சியில் நல்ல பலன் ஏற்பட்டதோடு, சித்த வைத்திய சாஸ்திரத்தில் சிறிதளவு பரிச்சயம் பெற்றுக்கொள்ள அவகாசமும் கிடைத்தது. இதனுடன் சமீபகாலமாக, இலங்கை மருத்துவ குல அன்பர்களின் சர்ச்சைகளின் மூலஸ்தானமாக விளங்கும் இலங்கைத் தினசரி ஒன்றும் அவன் மன விசாலத்திற்கு உற்ற துணையாக இருந்தது.

மருத்துவனார் தம் ஐம்பதாவது வயதில் தாய் நாடு திரும்பும் இலங்கைக் குடியேற்ற விருதுகளுடன் திருநெல்வேலி ரயில்வே ஸ்டேஷனில் இறங்கியபொழுது கையில் ரொக்கமாக ரூ.5,000-மும், மேற்கொண்டு அழகிய நம்பியாபுரத்தில் மூன்று கோட்டை நன்செய்யும், கொழும்பு ஸலூனில் வாரிசாக அவர் புத்திரனும் உண்டு.

அழகிய நம்பியாபுரத்திற்கு பஸ் வந்துவிட்டது என்பதற்கு ரஸ்தாவின் இடப்பக்கத்துப் புளியமரத்தடியில் இருக்கும் எட்டாவது மைல் கல், அதற்குப் பக்கத்தில் உள்ள வயிரவன் பிள்ளை வெற்றிலை பாக்குக் கடை, டாக்டர் விசுவநாத பிள்ளையின் நந்தவனம் என்ற புன்செய்த் தோப்பின் மூங்கில் கேட், இவை எல்லாவற்றிற்கும் எதிராக இருக்கும் மருதப்ப மருத்துவரின் இரண்டடுக்குக் காறை வீடு - யாவும் பறை சாற்றினாற் போல் அறிவிக்கும்.

ரஸ்தாவில் இரு புறமும் மிகவும் நெருக்கமாக வளர்ந்த புளிய மரங்கள்; பஸ் நிற்கும் ஸ்தானத்துக்கு அருகில் எப்போதோ

ஒரு காலத்தில் நிறுத்திவைக்கப்பட்ட சுமைதாங்கிக் கல்; அதன் குறுக்குக் கல் யதாஸ்தானத்தை விட்டுக் கீழே விழுந்து எத்தனை காலமாயிற்றோ! பொதுவாக, நம்மில் பலர் தம்மை எந்த ஹோதாவில் ஒரு குறிப்பிட்ட மதத்தைச் சேர்ந்தவர்கள் என்று சொல்லிக்கொள்ளுகிறார்களோ, அதே உரிமையில் அதற்குச் 'சுமைதாங்கி' என்ற பெயர் கிடைத்திருக்கிறது.

நேரம் நல்ல உச்சி வெய்யில். ஆனாலும், சாலையில் இம்மிகூடச் சூரிய வெளிச்சம் கிடையாது. பலசரக்குக்கடைச் சுப்புப்பிள்ளை பட்டறையில் உட்கார்ந்து, சுடலைமாடன் வில்லுப்பாட்டுப் புஸ்தகம் ஒன்றை ரஸமாக உரக்கப் பாடி, கடைச் சாய்ப்பின் கீழ் துண்டை விரித்து முழங்காலைக் கட்டி உட்கார்ந்திருக்கும் இரண்டொரு தேவமாரை (மறவர்) மகிழ்வித்துக்கொண்டிருக்கிறார். தாம்பலத்தால் வாயில் எச்சில் ஊற்று நிறைய நிறைய வாசிப்புக்கு இடையூறு ஏற்படாதபடியும், கீழே உட்கார்ந்திருப்பவர்மீது சிறிதும் தெறிக்காதபடியும் லாவகமாகத் தலையை வெளியே நீட்டி அவர் துப்பும்போது, கடையின் பக்கத்துச் சுவரில் துப்பாமலிருப்பதற்கு நீண்ட நாள் அனுபவம் மட்டும் போதாது; அதற்குத் தனித் திறமையும் வேண்டும் என்பது தெரியும். ஆனால், அது சுப்புப் பிள்ளையின் தனித்திறமை கேட்டிருக்கும் மறவர் கண்களில் படவில்லை. உலகத்தில் புகழையும் பெருமையையும் சமாதி கட்டித்தானே வழிபடுகிறார்கள்! அழகிய நம்பியாபுர மறவர்களுக்கும் இந்தத் தத்துவ இரகசியம் தெரிந்திருந்தது என்றால் அவர்களைப் பற்றி மனிதர்கள் என்று நம்பிக்கை கொள்ளாமல் வேறு என்ன செய்வது?

மலையாளம் போனியானா, ஏ, சுடலே!

நீ மாறி வரப்போரதில்லை!...

என்று இழுத்தார் பிள்ளை.

"ஆமாமிய்யா! மலையாளத்திலே அந்தக் காலந்தொட்டே கொறளி வேலைக்காரனுவ இருக்கானுவளா?" என்றான் பலவேசத் தேவன் என்ற அனுபவமில்லாத இளங்காளை, அவனுடைய முறுக்கேறிய சதை அவன் வேலை செய்கையில் உருண்டு நெளிவதைச் சாப்பாடில்லாமலே பார்த்துக்கொண்டிருக்கலாம். அவன் தலையாரித் தேவனின் மகன்.

"நீ என்னலே சொல்லுதே? அந்தக் காலத்துலேதான் இந்த வித்தை பெரவலம். சொடலையையே சிமிளிலே வச்சு அடச்சுப்பிட்டானு வன்னா பார்த்துக்கிடேன்!" என்றான் வேலாண்டி. அவன் ஒரு கொண்டையன் கோட்டையான் (மறவர்களுக்குள் ஒரு கிளை).

வயது விவேகத்தைக் குறிக்க வேண்டிய நரைத்த தலை அந்தஸ்தைக் கொடுத்தது; ஆனால் உடல் அநுபவமற்ற இளங்காளைகளின் கட்டு மாறாமல் இருந்தது. வாரத்திற்கு நிலத்தைக் குத்தகை எடுத்து, அதில் ஜீவிக்க முயலும் நம்பிக்கையின் அவதாரமான தமிழ்நாட்டு விவசாயிகளில் அவன் ஒருவன். இடுப்பில் வெட்டரிவாள் ஒன்று வைத்திருப்பான். அதன் உபயோகம் விறகு தறிப்பது மட்டுமல்ல என்று தெரிந்தவர்கள் சொல்லிக்கொள்வார்கள். ஆனால், நாணயஸ்தன்; பொய் சொல்லுவது மறக்குலத்தோர்க்கு அடுக்காது என்று பழக்கத்திலும் அப்படியே நடப்பவன்.

இந்த இடைப் பேச்சைக் கேட்ட சுப்புப் பிள்ளை, கண்ணில் போட்டிருந்த பித்தளைக் கண்ணாடியை நெற்றிக்கு உயர்த்தி, சிறிது அண்ணாந்து பார்த்து, “அட்டமா சித்தியும் அங்கேயிருந்துதான் வந்திருக்கிறது. புராணத்திலேயேதான் சொல்லியிருக்கே!” என்று ஒரு போடு போட்டார்.

இப்படிப்பட்ட விஷயங்களில் சுப்புப் பிள்ளையின் தீர்ப்புக்கு அப்பீலே கிடையாது; ஏனெனில், பெரும்பாலும் அழகிய நம்பியாபுர வாசிகளில் பலர் அவரிடமே குட்டுப்பட்டு சுவடிப்பாடம் கற்றிருக் கின்றனர். பலவேசமும் இதற்கு விதிவிலக்கல்லன். இப்பொழுது அவன் கோணல்மாணலாகக் கையெழுத்துப் போடுவதெல்லாம் அவர் புண்ணியத்தில்தான்.

“நம்மவூர்லே இருந்தானே கள்ளப்பிரான் பிள்ளை, கட்டேலே போவான், அவன் வேலெமானத்தைப் பாத்திரச் சாமான் விக்கிறவன் தடுக்காட்டி... நானே நேர்லே கண்டெனே! நம்ம வைத்தியர் வாளுக்குந்தான் தெரியும்!” என்று தலையை எதிர்வாடையை நோக்கி நிமிர்த்தி ஆட்டினார் சுப்புப் பிள்ளை.

சம்பத்துக் காரணமாக ஜாதி வித்தியாச மனப்பான்மையைச் சிறிது தளர்த்தி, ஒருவிதத்திலும் பட்டுக்கொள்ளாமல் ‘வைத்தியர்வாள்’ என்று மருதப்ப மருத்துவனாரை அழைப்பது அவரது சமீபத்திய சம்பிரதாயம்.

‘வைத்தியர்வாள்’ இச்சந்தர்ப்பத்தில் வீட்டு முற்றத்தில் ஏதோ பச்சிலைகளை ஸ்புடமிட்டு முகம் வியர்க்க ஊதிக் கருக்கிக் கொண்டிருந்தார். ஆனால், அவரது பாம்புச் செவியில் சம்பாஷணை அரைகுறையாக விழுந்தது. முகத்தைத் துடைத்துக்கொண்டே நிமிர்ந்த மருத்துவனார், “பிள்ளைவாள், என்ன சொல்லுதிஹ?” என்று அங்கிருந்தே குரல் கொடுத்தார்.

"என்ன! நம்ம கள்ளப்பிரான் பிள்ளை இருந்தானே... அவனைப் பத்தித்தான் சொல்லிக்கிட்டு இருந்தேன்... அவனைப் பத்தித்தான் உங்களுக்கு நல்லாத் தெரியுமே..." என்று கடையிலிருந்தபடி குரலெழுப்பினார்.

உடலைத் துடைத்துக்கொண்டு, வேஷ்டியை உதறிக் கட்டியவண்ணம் கடையை நோக்கி நடக்கலானார் வைத்தியர்.

2

அப்பொழுது தூரத்தில் மோட்டார் ஹார்ன் சப்தம் கேட்டது.

"ஏது மணியும் ஒண்ணாயிட்டுது போலிருக்கே. அன்னா கேக்கது மெயில் பஸ்தானே! பிள்ளைவாள் தானம் (ஸ்தானம்) பண்ணியாச்சா? வரியளா - செல்லுமா?" என்றார் சாய்ப்பு கம்பைப் பிடித்து நின்ற வைத்தியர்.

"போகத்தான். ஏலே, ஐயா பலவேசம், கடையெச்சித்தெ பாத்துக்கிட மாட்டியா?" என்று பஸ் வரும் திக்கை நோக்கினார். மெயில் பஸ் என்றும் மத்தியானம் ஒரு மணிக்கு அழகிய நம்பியாபுரத்தைத் தாண்டிச் செல்வது ஒரு விசேஷமான சம்பவம். கடைப்பிள்ளைக்குத் திருநெல்வேலி டவுனிலிருந்து ஏதாவது சாமான் வரும்; டாக்டர் விசுவநாத பிள்ளை (வகுப்புவாரிப் பிரதிநிதித்துவம், சைவத்தின் உயர்வு, ஆரியர் சூழ்ச்சி இத்யாதி விஷயங்களில் நம்பிக்கை கொண்ட ஜஸ்டிஸ் கட்சி அங்கத்தினர்தான், ஆனாலும் ...) அவர்களுக்கு 'ஹிந்து' பத்திரிகை வரும்; சமயா சமயங்களில் திருவனந்தபுரம் எக்ஸ்பிரஸில் வரக்கூடிய தொலைப் பிரயாணிகள் வருவார்கள்.

இரண்டொரு நிமிஷத்தில் பஸ் வந்து ஏக ஆர்ப்பாட்டமாகக் காய்ந்த சருகுகளை வாரி வாரி இறைத்துக்கொண்டு சுமைதாங்கி முன் நின்றது.

பஸ் ஸ்டாப்பில் இருந்த கடைச்சரக்கை உருட்டித் தள்ள கண்டக்டர் டாப்பில் ஏறினான். டிரைவர் ஐயா பீடி பற்றவைக்க இறங்கிக் கடைப்பக்கம் வந்தார். இவ்வளவு நேரமாக வாமனாவதாரமெடுத்துக் கால்களைச் சுருட்டிக் கிடந்த பிரயாணிகளில் இரண்டொருவர் கீழே இறங்கினார்கள்.

முன்புறம் க்ஷவரம்; பின்புறம் பின்னல்; ஈய வளையம் இழுத்துத் தோளோடு ஊசலாடும் காது; இடையில் வேஷ்டியாகக் கட்டிய பழைய கிழிந்த கண்டாங்கிச் சேலை - இக்கோலத்தில் இடுப்பில்

சாணிக்கூடை ஏந்திய இரண்டொரு பறைச் சிறுமிகள் எட்டி நின்று கார் வினோதத்தைப் பார்த்தனர்.

கடைச் சரக்கை மேலிருந்தபடியே எறிந்த கண்டக்டர், "ஸார், ஸூட்கேஸ் பெட்ஷீட் வேங்கிக்கிடுங்க!" என்று குரலெடுத்தான்.

டிரைவர் பக்கத்தில் இருக்கும் 'ஒண்ணாங் கிளா'ஸிலிருந்து, கையில் வதங்கிப்போன பத்திரிகை ஒன்றைப் பிடித்துக்கொண்டு ஒரு 'மோஸ்தர்' வாலிபன் நாஸூக்காக இறங்கினான். அவனது 'சென்னை பிராட்வே' பாஷன் பிளேட் மூஞ்சியும், விதேசி மோஸ்தர் உடையும் யதாஸ்தானத்தை விட்டகன்ற மூலவர் போன்ற ஒரு விசித்திர சோபையை அவனுக்கு அளித்தன. அந்தக் காட்டுமிராண்டி ரஸ்தாவில் அந்தப் பழைய பசலி பஸ் எப்படியோ, அப்படி, லண்டனில் பழசானாலும் சென்னையின் நிகழ்காலமான அவனது உடை மோஸ்தர், அந்தக் கி.மு. உலகத்தில் அவனை வருங்கால நாகரிகனாக்கியது.

"ஏடே தெரஸரய்யா மவன்லா வந்திருக்காவ!" என்று சொல்லிக் கொண்டே ஓடினான் பலவேசம் பெட்டிய இறக்க.

மாஜி உத்தியோகஸ்தர் மகன் என்றால் கிராமத்தில் எப்பொழுதும் ஓர் அந்தஸ்து உண்டே! அதைக் கொடுத்தனர் கடையில் பொழுது போக்க முயன்ற நபர்கள்.

"அதாரது?" என்று பொதுவாகக் கேட்டான் வேலாண்டி, கையைத் தரையில் ஊன்றி எழுந்திருக்க முயன்று கொண்டு.

"என்னப்பா, இன்னந் தெரியலியா? நம்ப மேலவீட்டு தெரஸர் பிள்ளை இருக்காஹல்லா - அவுஹ மகன் மகராச பிள்ளை! - என்னய்யா சௌக்கியமா?" என்று கடைப் பட்டறையிலிருந்தபடியே விசாரித்தார் சுப்புப் பிள்ளை.

மகராஜன் அவர் திசையைப் பார்த்துச் சிரித்தான்.

"என்ன எசமான் சவுக்கியமா - அங்கே பட்டணத்திலே மளெ உண்டுமா? - ஐயா, உடம்பு முந்தி பாத்த மாறுதியே இரிக்கியளே!" என்றான் வேலாண்டி.

பீடியை இரண்டு தம் இழுத்து எறிந்துவிட்டு வெற்றிலை போட்டுக்கொண்ட டிரைவர், ஸீட்டில் உட்கார்ந்துகொண்டு, 'வண்டி புறப்படப்போகிறது, பிரயாணிகள் ஏறிக்கொள்க!' என்ற பாவனையில் ஹார்ன் அடித்தார். கண்டக்டர் அப்பொழுதுதான் தனக்கு ஞாபகம் வந்த 'ஹிந்து' பத்திரிகையை அவசர அவசரமாகக் கடைக்கு எடுத்து ஓடினான்.

தங்கள் தேக உபாதையை நீக்கிக்கொள்ளச் சென்றிருந்த பிரயாணிகள் அவசர அவசரமாக ஓடிவந்தனர். அதில் ஒரு முஸ்லீம் அன்பர் - பார்வைக்குச் செயலுள்ளவர்போல் முகத்தில் களை இருந்தது - அவர் முன் ஸீட்டைப் பிடித்துக்கொள்ளும் நோக்கத்துடன் அவசரமாக அதில் குறிவைத்து ஓடிவந்தார்.

இவ்வளவு கூட்டத்தையும் கவலையின்றிக் கவனித்துக் கொண்டிருந்த மருத்துவர், "என்ன மரைக்காயர்வாளா? ஏது இப்படி?" என்று முகமலர்ந்து குசலப் பிரச்னம் செய்தார்.

மரைக்காயர்வாள் செவியில், அவர் ஸீட்டைப் பிடித்து மேல் துண்டைப் போட்டு ஏறி உட்காரும் வரை, அது ஏறவில்லை. ஏறி உட்கார்ந்து வெளிக் கம்பியைப் பிடித்து உடலை முறுக்கிக்கொண்டு, தலையணி ஒரு புறம் சரிய, "வைத்தியர்வாள்! வரவேணும். ஒரு அவசரம், ஒரு நிமிட்" என்றார்.

மருதப்ப மருத்துவனார் முகம் மலர்ந்தது. "ஏது மரைக்காயர்வாள், எங்கே இப்படி?" என்று சொல்லிக்கொண்டே பஸ் அருகில் ஓடினார்.

"நம்ம மம்முது கொளும்புக்குப் போறான் இல்லெ! டவுன் இஸ்டேஷன் வரை கொண்டுபோயி வளியனிப்பிப்புட்டு வருதேன். வாவன்னா கோனா இருக்காஹள்லா, அவுஹ அளெச்சுக்கிட்டுப் போரதாவச் சொன்னாஹ. அதிரியட்டும், நமக்கு ஒரு லேஹியஞ் செஞ்சு தாரதாவ சொன்னிஹள்லா? அதெத்தாங் கொஞ்சம் ஞாபகப் படுத்தலாமிண்டுதான்... இம்பிட்டுத்தான்... நீங்க வண்டியெ விடுங்க - சலாம்!' என்று அவர் பேச இடங்கொடாமல் காரியத்தை முடித்துக் கொண்டார் மாப்பிள்ளை மரைக்காயர்.

"சதி, சதி!" என்று சொல்லிக்கொண்டே பின்தங்கினார் மருத்துவனார். வண்டி புகையிரைச்சலோடு கிளம்பியது.

"பிள்ளைவாள்! என்ன வாரியளா?" என்று துண்டை உதறிவிட்டுத் தோளில் போட்டுக்கொண்டார் மருத்துவனார்.

"வாரியலா வைக்கச்சண்டா" என்று முணுமுணுத்துக்கொண்டே பட்டறையை விட்டு இறங்கினார் சுப்புப்பிள்ளை.

இதுவரை பேந்தப் பேந்த விழித்துக் கொண்டு சிகரெட் பிடித்து நின்றது அலங்காரப் பொம்மை.

"நான் சின்ன எசமாஞ் சாமானெ எடுத்துக்கிட்டுப் போகுதேன். ஐயா, கடயெ பார்த்துக்கலே, பலவேசம் - வாங்க எசமான்!" என்று மேல் துண்டுச் சும்மாட்டில் படுக்கையையும் தோல் பெட்டி

ஒன்றையும் தூக்கிக்கொண்டு முன்னே நடந்தான் வேலாண்டி.

வைத்தியரும் கடைக்காரப் பிள்ளையும், டாக்டர் விசுவநாத பிள்ளை தோட்டத்திற்குள் மூங்கில் கதவைத் தள்ளிவிட்டு மறைந்தனர்.

சாலையில் முன்போல உயிரற்ற அமைதி. சுள்ளி பொறுக்கும் சிறுமிகள்கூட மறைந்துவிட்டனர்.

3

டாக்டர் விசுவநாத பிள்ளையின் தோட்டம் வெய்யிலுக்கு உகந்தது. வியர்க்க விறுவிறுக்கச் சுற்றியலைகிறவர்களுக்கு வேப்ப நிழலுக்கும் எலுமிச்சைக் காட்டுக்கும் மத்தியில் கட்டப்பட்டிருக்கும் சவுக்கை பூலோக சுவர்க்கம். சாப்பாட்டு நேரங்களைத் தவிர மற்றபொழுதைப் பிள்ளையவர்கள் சவுக்கையிலேயே மெய்கண்ட சிவாச்சாரியார் உறவிலேயே கழிப்பார். மத்தியானப் பொழுதில் 'ஹிந்து'ப் பத்திரிகையோடு விளங்குவார்.

இருபக்கமும் நந்தியாவட்டையும் அரளியும் செறிந்த பாதை வழியில், வைத்தியருடன் சென்ற கடைக்காரப் பிள்ளை, "ஐயா! என்ன அங்கெ இருக்கியளா? மஹராசன் வந்திருக்கான் போல்ருக்கே!" என்று குரல் கொடுத்தார்.

சாய்வு நாற்காலியில் சாய்ந்திருந்த பிள்ளை எழுந்து, குனிந்த வண்ணம், மூக்குக் கண்ணாடியின் மேல் வழியாகப் பார்வையைச் செலுத்தி, "லீவு! - வர்றதாக எளுதியிருந்தான் - எங்கே?" என்று கேட்டுக் கொண்டே அந்தஸ்தாக எழுந்திருந்தார்.

"வேலாண்டி வீட்டுக்கு அளச்சுக்கிட்டுப் போனான். இந்தாருங்க உங்க பேப்பர்!... சண்டை எப்பிடியிருக்கு?" என்று பதில் எதிர்பார்க்காமலே மருத்துவரைத் தொடர்ந்தார் பிள்ளை.

சிறிது நேரத்தில் பிள்ளை மூங்கில் கதவையடைத்துக் கொண்டு போகும் சப்தம் கேட்டது.

விசுவநாத பிள்ளை தோட்டத்துக் கமலைக் கிணறு குளிக்க மிகவும் வசதியுள்ளது. கல் தொட்டியில் தண்ணீரை இறைத்து விட்டுவிட்டு நாள் பூராவும் குளித்துக்கொண்டிருக்கலாம்.

சுப்புப் பிள்ளை தலையில் துண்டைக் கட்டிக்கொண்டு, துலாக் கல்லில் காலை வைத்து நின்று, வேஷ்டியை வரிந்து கட்டிக்கொண்டார்.

மருத்துவர், தொட்டியில் பாதியளவு கிடந்த தண்ணீரைத் திறந்துவிட்டுத் தொட்டியைக் கழுவ ஆரம்பித்தார்.

"ஐயா, ஒங்ககிட்ட ஒரு சமுசாரமிலா கேக்கணுமின்னு இருக்கேன்... நம்ம கொளத்தடி வயலிருக்கெ, முக்குருணி வீசம், அது வெலைக்கி வந்திருக்கரதாவப் பேச்சு ஊசலாடுது; அதான் நம்ம பண்ணையப் பிள்ளைவாள் வரப்புக்கு மேக்கே இருக்கே, அதான். நம்ம மூக்கம் பய அன்னைக்கு வந்தான். ஒரு மாதிரி பேசறான். வாங்கிப் போட்டா நம்மது ஒரு வளைவா அமஞ்சு போகுதேன்னு நெனச்சேன். நீங்க என்ன சொல்லுதிய?"

'உஸ்' என்றபடி முதல் வாளித் தண்ணீரைத் தொட்டியில் ஊற்றிவிட்டு, கிணற்றுக்குள் மறுபடியும் வாளியை இறக்கினார் சுப்புப்பிள்ளை. வாளியில் தண்ணீர் நிறைந்தது. நிமிர்ந்து வைத்தியரைப் பார்த்தார்.

"வே! ஒமக்கு என்னத்துக்கு இந்தப் பெரிய எடத்துப் பொல்லாப்பு? அது பெரிய எடத்துக் காரியம். மூக்கம் பய படுத பாட்டெப் பாக்கலியா! பண்ணையார்வாள்தான் கண்லெ வெரலே விட்டு ஆட்ராகளே! ஒருவேளை அது மேலே அவுகளுக்குக் கண்ணாருக்கும் - சவத்தெ விட்டுத் தள்ளும்!"

"என்னய்யா, அவுகளுக்குப் பணமிருந்தா அவுகமட்டோடே; அவுக பண்ணயார்ன்னா கொடிகட்டிப் பறக்குதா? அதெத்தான் பார்த்து விட்ரணும்லா! நான் அதுக்கு அஞ்சுனவனில்லெ. நாளெக்கே முடிக்கேன். என்னதான் வருது பாப்பமே!" என்று படபடத்தார் மருதப்பனார்.

"என்னமோ நாஞ் சொல்லுததெச் சொன்னேன்; உம்ம இஸ்டம்!" என்றார் பிள்ளை.

4

அன்று மாலை பொழுது மயங்கிவிட்டது. மேல்வானத்துச் சிவப்புச் சோதியும், பகல் முழுதும் அடங்கிக் கிடந்து மாலையில் பரப்பரப்' என்று ஓலை மடல்களில் சலசலக்கும் காற்றுந்தான் சூரியன் வேலை ஓய்ந்ததைக் குறிக்கின்றன.

குளக்கரைக்கு (ஏரிக்கரை) மேல் போகும் ரஸ்தாவில், முண்டாக கட்டிக்கொண்டு கையில் இரண்டொரு பனை மடல்களைப் பிடித்த வண்ணம் நடந்து வருகிறார் சுப்புப்பிள்ளை.

குளத்துக்குக் கீழ்ப்புறமிருந்து ரஸ்தாவுக்கு ஏறும் இரட்டை

மாட்டு வண்டித் தடத்தின் வழியாக, வண்டிக்காரனுடைய தடபுடல் மிடுக்குகளுடன், மாட்டுச் சலங்கைகள் கலந்து புரள, குத்துக்கல்லில் சக்கரம் உராயும் சப்தத்துடன் ஒரு இரட்டை மாட்டு வண்டி மேட்டிலிருந்த ரஸ்தாவில் ஏறிற்று.

மங்கிய இருளானாலும் தொப்ளான் குரல், பண்ணையார் வண்டிதான் என்பதை நிச்சயப்படுத்தியது.

சாலையில் ஒதுங்கி நின்ற சுப்புப்பிள்ளை, "என்ன அண்ணாச்சி, இந்த இருட்லெ எங்கே போயிட்டு வாரிய?" என்று குரல் கொடுத்தார்.

வண்டியுள் திண்டில் சாய்ந்திருந்த பண்ணையார் சிதம்பரம் பிள்ளை, "ஏடே, வண்டியை நிறுத்திக்கொ" என்று உத்தரவிட வண்டி சற்று தூரம் சென்று நின்றது.

பிள்ளையவர்கள் உள்ளிருந்த செருப்பை ரஸ்தாவில் போட்டு விட்டு மெதுவாக அதில் காலை வைத்து இறங்கினார்.

"கீளநத்தம் மேயன்னா இருக்காஹல்லா..."

"ஆமாம் நம்ம நாவன்னா கோனாவோட மச்சினப்பிள்ளை... "

"அவுஹதான்... அவுஹளோட சமுசாரத்தோட ஒடம்பிறந்தாளெ மருந்தூர்லே குடுத்திருந்தது. அவ 'செல்லாயிப் போனா... பதினாறு... போயிட்டு வாரேன்!"

"மதினி போகலியா...?"

"அவ வராமெ இருப்பாளா? கூடத்தான் வந்தா; அங்கே ஆள் சகாயம் ஒண்ணுமில்லே - இருந்துட்டு வாரனேன்னா - விட்டுட்டு வந்திருக்கேன்; இப்பொ அவ இங்கெ சும்மதானெ இருக்கா?..." என்றார்.

"ஆமாம், அதுக்கென்ன!... வயசென்ன இருக்கும்?" என்றார் சுப்புப்பிள்ளை மீண்டும்.

"வயசு அப்படி ஒண்ணும் ஆகலெ. முப்பது இருக்கும்!" என்றார்.

"புள்ளெக ஏதும் உண்டுமா?... சரி, அதிருக்கட்டும். அண்ணாச்சி, ஒங்ககிட்ட ஒரு சமுசாரம்லா சொல்லணும்னு நெனச்சேன். ஏங்காதுலே ஒரு சொல் விழுந்தது. ஒங்கிளுக்கு அதெத் தெரிவியாமே இருந்தா, நாயமில்லை!" என்றார்.

பணத்திற்கு ஏதோ அடிபோடுகிறாரோ என்று பயந்த பண்ணையார், "ஏது, அனுட்டானமாச்சா?" என்று கேட்டுக்கொண்டே குளத்தினுள்

இறங்கினார்.

கரைச் சரிவில் செருப்பை விட்டுவிட்டுத் தண்ணீருள் இறங்கிய பண்ணையார் பலத்த உறுமல்கள், ஓங்காரங்கள் முழங்க, கால் முகம் கழுவ ஆரம்பித்தார்.

முன்பே தம் மாலைப் பூஜை விவகாரங்களை ஒரு மாதிரி முடிவுகட்டிய சுப்புப்பிள்ளை, வேஷ்டி துவைக்கும் கல்லில் அமைதியாக உட்கார்ந்து காரியம் முடியட்டும் என்று எதிர்பார்த்திருந்தார்.

திருநீறிட்டு, திருமுருகாற்றுப்படையையும் திருவாசகத்தில் இரண்டொரு செய்யுட்களையும் மனனம் செய்துவிட்டு, "சிவா!" என்ற குரலெழுப்பிக் கரையேறினார் பண்ணையார்.

"நம்ம மருதப்பன் இருக்கான் இல்லியா, பய கொளும்புலே ரெண்டு காசு சம்பாரிச்சிட்டான்னு மண்டெக் கருவம் தலைசுத்தியாடுது. இண்ணக்கி புதிய தெரஸர் புள்ளெவாள் கெணத்துலெ குளிச்சுக்கிட்ருக்கப்பச் சொல்லுதான், 'பண்ணையப் பணம்னா அவுகமட்டோட, ஊரெல்லாம் என்ன பாவட்டா கட்டிப் பறக்குதா?' என்று; உங்களெ ஒரு கை பாத்துப்பிட்டுத்தான் விடுவானாம்; பாருங்க ஊரு போறபோக்கை!

"சவம் கொலைச்சா கொலைச்சுட்டுப் போகுது! அவர் இப்ப மருத்துவர்லா! அப்படித்தான் இருக்கும் - எதுக்காம் இவ்வளவும்?"

"ஓங்க வயக்காட்டுப் பக்கம் முக்குருணி வீசம் இருக்குல்லா - நம்ம மூக்கன் பய நெலம், அதுக்குத்தான் இம்புட்டும். வாங்கப்போறேன்னு வீரியம் பேசுதான்."

'மூக்கப்பய நெலமா?... எங்கிட்டல்லா கால்லெ விழுந்து கெஞ்சிட்டுப் போனான்; அந்த நன்னி கெட்ட நாய்க்கு ஒதவப்படாதுன்னுதான் வெரட்னேன். அவன் கால்லெ போய் விளுந்தானாக்கும் அதுலெ என்ன வீராப்பு?"

"ஒனக்கு எதுக்குடா அந்த நெலம், அதெ வாங்குறதுலெ பிள்ளை வாளுக்குத்தானே சௌகரியம்'னேன். அவ்வளவுதான். இந்தவூரு புள்ளெமாரே அப்படித்தானாம்; எப்பவும் அடாபிடியாம்; அவன் கிட்ட காரியம் நடக்காதாம்!"

"அப்பிடியா சேதி! ஏலே தொப்ளான், நாங்க நடந்து வருதோம்; வண்டியைக் கொண்டுபோய் அவுத்துப் போட்டுப்புட்டு, எந்த ராத்திரியும் மூக்கன் பயலே கையோட புடிச்சா!"

"நாம வாங்குதாப்லியே காம்பிச்சுக்கப்படாது; தெரஸர் பிள்ளை வாள்தான் வேணும்னாஹள்ளா - அவக பேரச்சொல்லி வைக்கது."

"அதெதுக்கு? கூட நாலு காசெ வீசினா போகுது. அந்த நாய்கிட்ட பொய்யெதுக்கு?"

"இல்லெ அண்ணாச்சி, உங்களுக்குத் தெரியாது; நான் சொல்லுதைக் கேளுங்க!"

"ராத்திரி கடையடச்சம் பொரவு இப்படி வீட்டுக்குத்தான் வாருங்களேன், பேசிக்கிடலாம்!"

5

"**அ**ப்பா! அம்மைக்கி உடம்பு என்ன அப்படியே இருக்கே; நீங்க கெவுனிக்கரதில்லெ போலருக்கு!" என்றான் மகராஜன்.

எதிரிலிருந்த ஹரிக்கன் லைட்மீது ஒரு விட்டில் வந்து மோதியது. சிறிது மங்க ஆரம்பித்த திரியைத் தூண்டினான்.

"நம்ம கையிலே என்ன இருக்கு? இருவது வருஷமா குடுக்காத மருந்தா?" என்று மூக்குக் கண்ணாடியைக் கழற்றிவிட்டுக் கண்களை நிமிண்டியவண்ணம் கூறினார் விசுவநாத பிள்ளை.

"நீங்க பென்ஷன் வாங்கினதோட, வைத்தியமும் உங்ககிட்ட பென்ஷன் வாங்கிட்டுதா? - நீங்களே இப்பிடிப் பேசுனா?"

"பேசுரதென்ன உள்ளதத்தான் சொன்னேன். குடல் பலகீனப்பட்டுப் போச்சே! எது குடுத்தாலுந்தான் ஒடலோட ஒட்ட மாட்டேங்குதே!"

"நான் ஒரு முறையைப் பிரயோகம் பண்ணிப் பாக்கட்டுமா? இயற்கை வைத்தியம். முதல்லே கொஞ்சம் பட்னி இருக்கணும்; அப்பொ ஒரு 'கிரைஸிஸ்' (வியாதி நிலையில் நெருக்கடி, கவலைக்கிடமான நிலை) ஏற்படும். அப்புறம் சிகிச்சையை ஆரம்பித்தால் பலனுண்டு."

"என்னடா, நீ மெடிக்கல் ஸ்கூல்லெதானே படிக்கிறே! இயற்கை வைத்தியம் எங்கெ வந்துது? வீணாக் காலத்தைக் கழிச்சு பெயிலாப் போகாதே!"

"அதுக்கும் படிக்கத்தான் செய்யறேன். இந்த முறையிலே எத்தனையோ பேருக்கு உடம்பு குணமாயிருக்கிறதே! நானே செய்திருக்கிறனே!"

"சரி, பாரேன்! நானா வேண்டாமுங்கேன்?"

இவர்கள் இவ்வாறு பேசிக்கொண்டிருக்கையில் சவுக்கைக்கு வெளியில் செருப்புச் சப்தம் கேட்டது. தொப்ளான், ஹரிக்கன் லைட்டோடு ஒதுங்கி நிற்க, பண்ணையார்வாளும் சுப்புப் பிள்ளையும் உள் வெளிச்சத்தில் பிரசன்னமாயினர்.

"அட, பண்ணையார்வாளா? ஏது இந்த இருட்லெ? இந்த நாக்காலியிலே உக்காரணும் ; சுப்பு பிள்ளை, நீர் இந்த பெஞ்சிலே இப்டி இரியும். ஏது அகாலத்திலே?" என்று தடபுடல் காட்டி எழுந்து நின்றார் விசுவநாத பிள்ளை.

"விசேசமென்னா! இப்படி வந்தேன்! ஒங்களெ எட்டிப்பாத்துட்டுப் போகலாமெண்ணுதான் நொளைஞ்சேன். ஏது மாப்ளெ எப்ப வந்தாப்லெ? ரசாவா?" என்றார் பண்ணையார். மகராஜனை மாப்பிள்ளை என்றழைப்பதில் அவருக்குப் பரமதிருப்தி.

"ஆமாம், கோடை அடைப்பு; மதியந்தான் வந்தான். ராசா, நீதான் பிள்ளைவாள் கடையிலே போயி ஒரு பொகயிலைத் தடை வாங்கிட்டு வா..." என்று வருகிறவர்களுக்காகத் தாம்பாளத்தில் வைத்திருக்கும் வெற்றிலையை அடுக்கிப் பண்ணையார் முன்பு வைத்தார்.

"நான் அப்பமே கடையடைச்சிட்டனே!..."

"எனக்கா இந்தச் சிருமம்? தடைப்போயிலைண்ணாத்தான் நமக்கு ஆகாதே. ஏலே தொப்ளான், செல்லத்தை வைய்யென்லே! என்னலே முளிக்கே!" என்று சுப்பு, சிதம்பரம் பிள்ளைகள் ஏக காலத்தில் பேசினார்கள்.

வெளியே புறப்பட்ட மகராஜன் மறுபடியும் தூணில் சாய்ந்து உட்கார்ந்தான்.

"சவுக்கெலெயே காத்தைக் காணமே, ஊருக்குள்ள பின்ன ஏன் வெந்து நீறாகாது! அண்ணாச்சி இந்த வருசம் காய்ப்பு எப்படி?" என்று தலையை இருட்டில் நீட்டி எச்சிலைத் துப்பிக்கொண்டே கேட்டார் சிதம்பரம் பிள்ளை.

"காய்ப்பென்ன, பிரமாதமா ஒண்ணுமில்லெ - ஏதோ வீணாக் காயிரதுக்கு கெணத்துத் தண்ணி வேரடியிலே பாயிது..."

"இல்லெ, ஒரு பத்து முப்பது ரோசாக் கம்பு வச்சுத் தளுக்க வச்சா பிரயோசனமுண்டு - ஒரு பயலைப் போட்டாப் போகுது" என்றார் சிதம்பரம் பிள்ளை.

பேச்சில் சோர்வு தட்ட அவர் சுப்புப் பிள்ளையைப் பார்த்தார்.

“தெரஸர் பிள்ளைவாள், ஓங்ககிட்ட ஒரு விசயமா கலந்துக்கிட்டுப் போகலாமுண்ணு வந்தேன் - ஐயாவும் வந்தாஹ - ஊர் விசயம் - தலை தெறிச்சுப்போய் அலயரான்கள் சில பயக - இப்பிடி வாருங்க....’ என்று எழுந்து விசுவநாத பிள்ளையை வெளியில் அழைத்துக்கொண்டு போனார் சுப்புப்பிள்ளை.

“ஆமாம், ஆமாம், சரிதான்.... வாங்குதவன்பாடு குடுக்கவன்பாடு, நமக்கென்ன?... அப்படியா! பிள்ளைவாளுக்கு எடைலேயா வந்து விளுந்தான்... அப்பமே எனக்குத் தெரியுமே... காறை வீடு கட்னா கண்ணவிஞ்சா போகும்?...” என்ற விசுவநாத பிள்ளையின் பேச்சுக்கள் இடைவிட்டு அங்கொன்றும் இங்கொன்றுமாக விழுந்தன.

இருவரும் சில நிமிஷங்கழித்துச் சவுக்கைக்குள் ஏறினர்.

“என்ன!...” என்று சிரித்தார் பண்ணைப் பிள்ளை.

“இதுக்கு நீங்க எதுக்கு வரணும்? சொல்லிவிட்டா நான் வரமாட்டனா?... ராசா, நீ வீட்டுக்குப் போயி, கண்ணாடி அலமாரியிலே சாவிக் கொத்தை வச்சிட்டு வந்துட்டேன்... எடுத்தா... அப்பிடியே அம்மைக்கி அந்த டானிக்கை எடுத்துக்குடு... எல்லாம் நாளைலேயிருந்து ஒன் வயித்தியத்தெப் பாக்கலாம்...” என, மேல் வேஷ்டியை எடுத்து உதறிப் போட்டுக்கொண்டு வெளியேறினான் மகராஜன்.

“வீட்டுலே உடம்புக்கு எப்படி இருக்கு - தாவளையா? நம்ம மாப்ளைக்கி இன்னம் எத்தனை வருசம் படிப்பாம்?.. காலா காலத்லெ கலியாணத்தெ கிலியாணத்தெ முடிச்சுப் போட வேண்டாமா?...”

“நானும் அப்பிடித்தான் நெனச்சேன். அடுத்த வருசத்தோட படிப்பு முடியிது... வார தை மாசம் நடத்திப் போடணும்னு உத்தேசம். மூக்கம் பயலெ எங்கே இன்னம் காணம்?...” என்று வெளிக்குரலை எதிர்பார்த்துத் தலையைச் சாய்த்தபடி கேட்டார்.

“சவத்துப் பய இப்பம் வருவான்... ராத்திரி பத்திரத்தை எளுதி முடிச்சுக்கிடுவோம்... காலெலெ டவுனுக்குப் போயி ரிஸ்தர் பண்ணிப்போடுதது... கூச்சல் ஓஞ்சப்பரம் பத்திரத்தெ எம் பேருக்கு மாத்திக்கலாம்...”

“அது அவாளுக்குத் தெரியாதா?... காரியம் முடிஞ்சாப் போதும்...” என்றார் சுப்புப்பிள்ளை.

6

நாலைந்து நாள் கழித்து ஒருநாள் மத்தியானம். நல்ல உச்சி வெய்யில் 'சுள்' என்று முதுகுத் தோலை உரிக்கிறது.

வயல் காட்டு வரப்புக்களில் படர்ந்து கிடக்கும், அவருக்கு மட்டும் தெரிந்த, சில மூலிகைப் பச்சிலைகளைக் கை நிறையப் பிடுங்கி வைத்துக்கொண்டு, குளக்கரை மேல் போகும் ரஸ்தாவில் ஏறி, மறுபுறம் செங்குத்தாக இறங்கும் கல்லடுக்கிய சரிவு வழியாக இறங்கி, மருத்துவ மருதப்பனார் பச்சிலைகளைக் குளத்திலிட்டு அலச ஆரம்பித்தார்.

தலையில் முக்காடாக அணிந்திருந்த துணி, விலகி விலகிக் குனிந்து வேலை செய்வதற்கு இடைஞ்சல் கொடுத்ததால் நிமிர்ந்து நின்று தலையில் கிடந்த துண்டை எடுத்து இடுப்பில் வரிந்து கட்டிக்கொண்டு மறுபடியும் குனிந்தார்.

"வைத்தியரய்யா! என்ன, தெரஸர் பிள்ளைவாள் ராவோட ராவா மூக்கன் நெலத்தைக் கொத்திக்கிட்டுப் போயிட்டாகளாமே!" என்ற குரல் மருத மரக்கிளை ஒன்றிலிருந்து கேட்டது.

அண்ணாந்து பார்த்தார். மருதக் கிளை ஒன்றிலிருந்து கீழே நிற்கும் ஆடுகளுக்குக் குழை வெட்டிப் போட்டுக்கொண்டிருந்தான் வேலாண்டி.

"ஊர் வெள்ளாளன்மாரு கூடிக்கிட்டா என்ன? ஆனைக்கு ஒரு காலம்னா பூனைக்கும் ஒரு காலம் வரும். பண்ணையப் பிள்ளைவாளுக்கு அந்த நெலம் வந்துதான் நெரயணுமாக்கும்; வாங்கினா ஒரே வளவாப் போயிடுமேன்னு நெனச்சேன். சவத்துக்குப் பொறந்த பயஹ பேச்செத் தள்ளு!"

"ஆமாம். மூக்கன் பய கொளும்புக்கில்லா போயிட்டானாம்.... அந்தப் பயலுக்கு என்ன அவசரம் இப்பிடி அள்ளிக்கிட்டுப் போவுது..."

"மூதி தொலைஞ்சுட்டுப் போகுது. அண்ணெக்கி வந்து மூக்காலே அளுதானேன்னு பாத்தேன்... ஊர்லெ தேவமாருன்னு பேர் வச்சுக்கிட்டு பூனையாட்டம் ஒண்டிக்கெடந்தா என்னதான் நடக்காது... புள்ளை மாருக்குன்னுதான் இந்த ஊரா... அப்போ நாங்க போயிருதோம்... அதெத்தான் அத்துப் பேசட்டுமே... என்னடே தொப்ளான், எங்கே அவசரம்?" என்றார் வைத்தியர்.

தலைதெறிக்க ஓடிவந்த தொப்ளான், “நீங்க இங்கியா இரிக்கிய, தெரஸரய்யா சமுசாரத்துக்குத் தடபுடலாக் கெடக்கு, ஒங்களெ சித்த சத்தங்காட்டச் சொன்னவ - டவுன் பஸ்ஸுபோயிட்டுதா? பாத்தியளா?” என்று பஸ் எதிர்பார்க்கப்பட்ட திசையை வெறிக்கப் பார்த்துக்கொண்டே கேட்டான்.

“அதுவும் அப்பிடியா! காத்தெக் கட்டிப்போட முடியுமா? வேலாண்டி, நான் அப்பம் ஒரு சேதி சொன்னனே பாத்தியா - பாத்துக்கோ...”

ஈரம் சொட்டும் பச்சிலை முடிப்போடு குறுக்குப் பாதை வழியாக ஊரை நோக்கி நடந்தார் மருத்துவர்.

“என்னடே தொப்ளான் - நீ எங்கலே போரே...?”

“நான் ஒரண்டையும் போகலே... பட்டணத்து எசமான் பெரிய டாக்குட்டரெக் கூப்பிட டவுனுக்குப் போராவ...”

‘என்னடே பஸ் வந்துதா?” என்று கொண்டே மெட்ராஸ்‘ மெருகிழந்து, கவலை தேங்கிய முகத்துடன் வந்தான் மகராஜன்.

“இல்லே எசமான், ஒண்ணையும் காங்கலியே!” என்றான் தொப்ளான்.

7

நேற்றிரவு பன்னிரண்டு மணி சுமாருக்கு ஸ்ரீமதி விசுவநாதபிள்ளை - அதாவது ‘சாலாச்சி ஆச்சி’ - இறந்து போனாள். கிராமம் என்றால் கேட்கவா வேண்டும், இழவு வீட்டுச்சம்பிரமத்தை? அப்பொழுது பிடித்து ஓயாது ஒழியாது அழுகையும் கூச்சலும்.

வெளியே விசுவநாத பிள்ளை தலைகுனிந்தவண்ணம் பெஞ்சியில் உட்கார்ந்திருக்கிறார். மகராஜன் தூணில் சாய்ந்து தலைகுனிந்த வண்ணம் நகத்தை நிமிண்டிக்கொண்டிருக்கிறான். வெளிப்பெஞ்சியில் பண்ணையார் சிதம்பரம் பிள்ளை தமது ஓயாத வெற்றிலைத் துவம்சத்துடன் துஷ்டிக்கு வருகிறவர்களோடு பேசியும், சிற்றாள்களையும் சுப்புப் பிள்ளையையும் வேலை ஏவிக்கொண்டும் இருக்கிறார்.

சாலாச்சியம்மையின் தேகம் பலஹீனப்பட்டுப் போயிருந்தாலும் மகராஜனது இயற்கை சிகிச்சை பிரயோகிக்கப்பட்டிராவிட்டால் இவ்வளவு சீக்கிரத்தில் விழுந்துவிட்டிருக்காது.

‘கிரைஸிஸை’ எதிர்பார்த்துப் பூர்வாங்க சிகிச்சை நடத்தினான் மகராஜன். வியாதியே ‘அன்னத் துவேஷமாக’ இருக்கையில்

பட்டினி முறை உடலை ஒரேயடியாகத் தளர்த்தி விட்டது. இரண்டே நாள் உபவாசம் நாடியையும் அரைகுறையாக்கியது.

அந்த நிலையில்தான் மருதப்ப மருத்துவனார் அழைக்கப்பட்டார். கையைப் பிடித்துப் பார்த்துவிட்டு, "இன்னும் நாற்பத்தெட்டு நாழிகை கழித்துத்தான் ஏதும் சொல்ல முடியும்; அதுவரை உடம்பில் சூடு விடாமல் தவிட்டு 'ஒத்தடம்' கொடுத்துக்கொண்டிருக்க வேண்டும்" என்று அபிப்பிராயம் சொல்லிவிட்டு வெளியேறினார். இரவு எட்டு மணிக்கு வந்த டாக்டர் கொடுத்த இரண்டு 'இஞ்செக்ஷன்கள்' சுமார் ஒரு மணி நேரம் கவலைக்கிடமான தெளிவை உண்டாக்கின. 'மகனுக்குப் பண்ணையப் பிள்ளை மகளை முடிச்சுவைச்சுப் பாக்கக் கொடுத்து வைக்கலியே' என்ற ஏக்கத்தோடு ஆவி பிரிந்தது...

"ஏலே தொப்ளான், என்னலே இன்னங் குடிமகனைக் காணலெ; போனியா-?" என்று அதட்டினார் பிள்ளை.

"வூட்லெதான் இருந்தாரு; 'நீ போ, இதாவாரென்'னு சொன்னாரு!" என்றான் தொப்ளான்.

"என்ன இன்னமா வர்ரான் - ரெண்டு மணி நேரமாச்சே.. நீ போய் இன்னொரு சத்தங் குடு..."

இரண்டு தென்னங்கீற்றுகளை இழுத்து வந்து தொப்பென்று போட்ட பலவேசம், "மாடசாமியத்தானெ கேக்கிய? அவன் வைத்யரு வீட்டெப் பாத்துப் போகுததெக் கண்டேன்!" என்றான்.

"நீதான் போயி அவனெ இப்படிக் கையோட கூட்டியா.... நேரம் என்ன ஆகுது பாரு..." என்றார் சிதம்பரம் பிள்ளை.

"ஆகட்டும், எசமான்!" என்று சென்றான் பலவேசம்.

கால்மணி கழித்து, தனியாகவே திரும்பி வந்தான் பலவேசம். ஆனால் ஓடி வந்தான்.

"எசமான், நான் போனேன். வெளிலே மருதப்பரு நிண்ணுக்கிட்டிருந்தாரு. 'இனிமே, குடிமகன் இந்த வேலைக்கு வரமாட்டான்; அவன் தொளில் இதில்லெ; இனிமேச் செய்ய முடியாதாம்ணு போய்ச் சொல்லு'ன்னு சொல்லிப்பிட்டாரு" என்றான் பலவேசம்.

"மாடசாமியா அப்படிச் சொன்னான்?" என்று தென்னங்கீற்றைத் தடுக்காக முடைந்து கொண்டிருந்த சுப்புப் பிள்ளை எழுந்தார்.

"இல்லெ, மருதப்பருதான் சொன்னாரு."

“அவன் சொன்னான், இவன் கேட்டுக்கிட்டு வந்தானாம். நீ சாதி மறவனாலே! அப்படியே அலகிலே ரெண்டு குடுத்துக் கூட்டியாராமே! என்ன வேலாண்டி, நீ என்ன சும்மா நிக்கே? ரெண்டு சிறுக்கி மகன்களையும் பின்கட்டுமாறாக் கட்டிக் கொண்டா - முதுகுத் தொலியே உரிச்சுப்பிடரேன்” என்று கர்ஜித்தார் சிதம்பரம் பிள்ளை.

“என்னண்ணாச்சி, நாலு காசுக்குப் பால்மார்றான் போலே - விசிறி எறிஞ்சாப்போகுது...” என்று சமாதானம் செய்ய வந்தார் விசுவநாத பிள்ளை.

“ஒங்கிளுக்கு ஊரு வளமே தெரியாது; அம்பட்டப் பயலா காரியமாத் தெரியலியே! ஏலே, நீ புளிய மிளார் நல்ல பொடுசாப் பாத்துப் பறிச்சுக்கிட்டு வாலே, தொப்ளான்!” என்று மறுபடியும் கர்ஜித்தார் சிதம்பரம் பிள்ளை.

கால் மணிக்கூறு கழிவதற்கு முன் சிதம்பரம் பிள்ளை சுக்ரீவாக்ஞையின் பலன் ஏக இரைச்சலோடு விசுவநாத பிள்ளை வீடு நோக்கி வந்தது.

மேல்துண்டை வைத்துப் பின் கட்டுமாறாக மருதப்பரையும், மாடசாமியையும் கட்டிக் கழுத்தைப் பிடித்து நெட்டித் தள்ளிக்கொண்டே வந்தான் வேலாண்டி.

“திரும்பினியா, பாளெ யறுவாளெக் கொண்டு தலையைச் சீவிப்புடுவேன் - நடலெ! என்ன முளிக்கே” என்ற அதிகாரத் தொனி பின்னால் வயிற்றிலடித்துக்கொண்டு ஓலமிட்டு வரும் நாவிதக் குடும்பத்தின் இரைச்சலுக்கு மேல் கேட்டது.

ரெண்டு பயல்களையும் அந்தத் தூணோடு வச்சுக் கட்டு! என்னலே மாடசாமி, சோலியப் பாக்கியா இன்னமும் வேணுமா?” என்றார் சிதம்பரம் பிள்ளை.

“முடியாதையா!” என்று முணுமுணுத்தான் மாடசாமி.

உள்ளே அழுது கொண்டிருந்த பெண்களும் ரகளை பார்க்க வந்துவிட்டனர்.

“மிளாரெ எங்கடா?” என்று ஒன்றை வாங்கி முழங்காலிலும் முதுகிலும் மாறி மாறிப் பிரயோகித்தார். அவன் வலி பொறுக்க மாட்டாமல் குய்யோ முறையோவென்று கத்த ஆரம்பித்தான்.

அவன் மனைவி போட்ட ஓலத்தால் மருதப்பர் தூண்டுதல் என்பதும் எல்லோருக்கும் வெளியாயிற்று.

“பிள்ளைமாருன்னா என்ன கொம்பு மொளச்சிருக்கா? பிரிடீஸ் ராச்சியமா என்ன? ரொம்ப உறுக்கிரஹளே! மனிசனைக் கட்டிப்போட்டு அடிக்கதுன்னா நாய அநியாமில்லையா - இண்ணக்கி சிரிக்கிரவுஹ நாளைக்கி வாரதையும் நினைச்சுப் பாக்கணும்!” என்றார் மருதப்பர்.

“நாசுவப் பயலா காரியமாத் தெரியலெயெ; வேலாண்டி, அவன் மொளியை (முழங்காலை)ப்பேத்துக் கையிலெ குடு! அவனுக்குக் குடுக்கிற கொடைலே இவன் சங்கெத் தூக்கணும்; என்ன பாத்துக்கிட்டு நிக்கே?”

வேலாண்டி கையிலிருந்த குறுந்தடியை ஓங்கி முழங்கால் குதிரையில் ஒரு போடு போட்டான். “ஐயோ அம்மா! என்னியப் போட்டுக் கொல்ராண்டோ! ஊர்லெ நாயமில்லியா நீதியில்லியா!” என்று கதறினார் வைத்தியர்.

விசுவநாத பிள்ளை ஓடியே வந்து வேலாண்டியிடமிருந்த குறுந்தடியைப் பிடுங்கிக்கொண்டு, அண்ணாச்சி, பாக்கச் சகிக்கலே - காரியத்தைப் பாத்துச் செய்யணும். சவத்துப்பய போரான்... அவ அதிட்டம் இப்படியிருந்தது; இந்தப் பயல்களுக்கும் இப்படிப் புத்தி போகுது...” என்று ஆரம்பித்தார்.

“எங்கை எப்படியிருக்குன்னு பார்லே!” என்று மறுபடியும் ஒரு குத்து விட்டான் வேலாண்டி. மருதப்பன் பல்லில் முன்னிரண்டும் விழுந்துவிட்டன.

ரத்தங் கண்டதும் பீதியடித்துப்போன மாடசாமி, கண்களில் நீர் பெருக, சங்கை எடுத்து ஊத ஆரம்பித்தான்.

“சவத்தெ அவுத்து விடுடா! இந்தத் தெசேலே தலைவச்சுப் படுத்தா மாறுகால் மாறுகை வாங்கிப்போடுவேன், ஓடிப்போ நாயே!” என்று கர்ஜித்தார் சிதம்பரம் பிள்ளை. அவிழ்த்து விடப்பட்ட மருதப்பரும் மனைவியின் கைத்தாங்கலில் நொண்டிக்கொண்டே தூரத்தில் சென்று, ஒரு பிடி மண் எடுத்து வானத்தில் எறிந்து, “இப்பிடி சுட்ட மண்ணாப் போகணும்! என் வயிறெரியிராப்லே போகணும்” என்று ஏச்சு அழுகையுடனே கூவிவிட்டுச் சென்றார்.

அப்படியும் இப்படியுமாகப் பிரேத சம்ஸ்காரம் முடிந்து திரும்ப மணி நான்காகி விட்டது.

மாடசாமி முதுகுவலிக்குக் காரணமே வைத்தியர் மருதப்பர் அவனுக்கு முன்பு கொடுத்திருந்த சிறு கடன்தான் என்றும், ‘அதைத் திருப்பிக் கொடு அல்லது இந்த வேலை செய்’ என்று

போதிக்கப்பட்டது என்றும் சிதம்பரம் பிள்ளைக்கு அறிவிக்கப்பட்டது. அவர் அதையெல்லாம் பொருட்படுத்தவில்லை.

"போலீஸுக்கு கீலீஸுக்கு எட்டுச்சுன்னா அவன் தலை அவன் களுத்திலே இருக்காது!" என்று மருதப்பருக்கு வேலாண்டி மூலம் எச்சரித்தனுப்பிவிட்டு, விசுவநாத பிள்ளைக்குத் தக்க சமாதானங்கள் சொல்ல ஆரம்பித்தார்.

மனைவியையிழந்தது, தெருக்கூத்தாகக் கிரியை நடந்தது, உத்தியோக காலத்தில் சர்க்காரின் அதிகார எல்லையைத் தெரிந்து கொண்டிருந்தது - எல்லாம் அவரை ஒரேயடியாகப் பீதியடிக்க வைத்துவிட்டன.

பரஸ்பரப் பேச்சில் மனைவியின் கடைசி ஆசையையும் சொல்லி வைத்தார் விசுவநாத் பிள்ளை, பேச்சுவாக்கில்.

"நீங்க சொன்னாப்லெ வர்ற தை மாசம் முடிச்சிப்புடுவம்!" என்று அந்தப் பேச்சை முடிவு கட்டினார் பண்ணையார்.

மருதப்பர் அன்று வீட்டுக்குள் சென்று படுத்தவர், மானத்தாலோ மனக்கொதிப்பாலோ அல்லது அடி பலத்தாலோ வெளியேறவில்லை.

இரகசியமாக இரண்டாம் பேருக்குத் தெரியாமல் ஸ்ரீவைகுண்டம் போலீஸ் ஸ்டேஷனுக்குப் பிராது அனுப்பினார். ஏற்க மறுத்து எச்சரித்து விரட்டப்பட்டான் போன ஆள். ஊரே திரண்டு எதிர்க்கும் பொழுது பணமிருந்து என்ன பயன்? போதாக்குறைக்குத் தாழ்த்தப்பட்ட, கிராமங்களில் அவமானகரமானது என்று கருதப்படும் ஒரு தொழிலைச் செய்யும் ஜாதி! சில சமயத்தில் ஊரையே அழித்துவிட வேண்டும் என்ற நபும்ஸகக் கோபம் அவரைத் தகித்தது. அடுத்த நிமிஷம் ஒரே மலைப்பு!

சம்பவமும், செய்தி பாதி வதந்தி முக்காலாக 'உஸ் ஆஸ்' என்று பக்கத்தூர்களில் பரந்தது. வேளாளருக்கு நெஞ்சு விரிந்தது. "சவத்துப் பயல்களைச் சரிக்கட்டிப் பாருங்க, இல்லாட்டா அங்கயெப் போல மலையாளத்து அம்பட்டனெ குடியேத்திப் போடுவோம்..." என்று மூட்டை கட்டி வந்து இலவச அபிப்பிராயம் சொல்லிவிட்டுச் சென்றனர் பலர்.

மகராஜனுக்கு அழகிய நம்பியாபுரத்தில் இருப்பே கொள்ளவில்லை. 'எப்பொழுதடா பதினாறு கழியும், சென்னைக்குப் போய்விடுவோம்' என்ற துடிதுடிப்பு.

இப்படியிருக்கையில் மருதப்பரைக் காணோம் என்ற பேச்சுக் கிளம்பியது. இது ஊர்க்காரருக்கே அதிசயத்தை விளைவித்தது.

வீடு அடைத்துப் பூட்டிக் கிடந்தது. எங்கு போனார், எப்படிப் போனார் என்பதே ஆச்சரியம்.

சிதம்பரம் பிள்ளை இதைக் காதில் போட்டுக்கொள்ளவில்லை. "சவம் தன்னைப் பயந்து கொளும்புக்கு ஓடியிருக்கும்" என்று திருப்தி கொண்டார்.

விசுவநாத பிள்ளைக்கு இப்பொழுது சாப்பாட்டுக்குக்கூட வீட்டுக்குப் போவதென்றால் வேம்பாகிவிட்டது. மகராஜனே சமயாசமயங்களில் சாப்பாடு கொண்டு வந்துவிடுவான். "அப்பாவைத் தனியாக இங்கே விட்டுவிட்டுப் போவதா, அவரும் உடன் வந்தால் என்ன?" என்று நினைத்தான். ஆனால் சவுக்கை மோகம் கொண்ட பிள்ளையவர்கள் மறுத்துவிட்டார்கள். பிள்ளையும் பண்ணையாரும் அன்னியோன்னியம் பிரிந்து காண்பது துர்லபம். அப்படி ஒட்டிக்கொண்டனர். சிதம்பரம் பிள்ளையின் முரட்டுத் தைரியத்தில் டாக்டருக்கு நிலை தளராத நம்பிக்கை; டாக்டரின் குருட்டுக் குழந்தைத் தன்மையில் அவருக்கு ஒரு முரடனின் பிரேமை. சுப்புப் பிள்ளைக்கு நினைப்பு புது மாதிரியாக ஓடியது. இவ்வளவு கோளாறுக்கும் அந்த நிலந்தான் காரணம் என்ற உண்மையைக் கண்டுபிடித்து, பிள்ளையவர்கள் காதில் ஓதினார். அதிரடித்துப்போன நெஞ்சில் இது சடக்கென்று வேரூன்றியது. அதனால் அவரை யறியாது வெளிக்காட்டிக்கொள்ள தைரியமற்ற ஒரு பயங்கர வெறுப்பும் உறவாடியது. அதை வைத்தே தன் மகளை இரண்டாந்தாரமாக டாக்டருக்கு முடித்து விட்டால் என்ன என்று கோட்டை கட்டினார் சுப்புப் பிள்ளை. சொத்துக்குச் சொத்தாச்சு, இந்த அல்லற் பிழைப்பும் ஒழியும்.

பதினாறும் கழிந்தது. சமயம் பார்த்து விதை ஊன்றினார் சுப்புப் பிள்ளை. பயிரிட வேண்டியதுதானே பாக்கி! தானாகவே முளை விடும் என்பதில் சுப்புப் பிள்ளைக்கு அபார நம்பிக்கை.

அடுக்களைத் தாலி கட்ட வைத்தால் போகிறது!

8

பதினாறு முடிந்த ஐந்தாவது நாள் விடியற்காலம் மூன்றரை மணி. முண்டிதமான தலையுடன் பஸ்ஸை எதிர்பார்த்து நிற்கிறான் மகராஜன் கூடவே தகப்பனாரும், பண்ணைப் பிள்ளையும், சுப்புப் பிள்ளையும் நிற்கின்றனர்.

பஸ் வந்து நின்றது. இருட்டில் ஒருவர் இறங்கினார்.

மகாராஜன் ஏறினான்; சாமான்களும் ஏற்றப்பட்டன. வண்டி புறப்பட்டது.

"போனதும் லெட்டர் போடு!" என்றார் விசுவநாத பிள்ளை.

"என்ன தெரஸர் பிள்ளையா? யாரு போராஹ?" என்றது அந்தப் புதிய குரல்.

"மரைக்காயர்வாள்! ஏது இப்படி?"

"பண்ணையார்வாளெப் பாக்க வந்தேன்; அன்னா அவுஹளே நிக்காஹளே! நீங்க மூக்கன்கிட்ட வாங்கினிஹளாமில்லா, அந்த நெலத்தை எனக்கு முன்னாலேயே அடமானம் வச்சிருந்தான் - சமுசாரத்தைச் சொல்லிப்புட்டுப் போகலாமுண்ணு வந்தேன். நம்ம வைத்தியர்வாளும் அவுஹ பொஞ்சாதியும் நேத்துத்தான் இஸ்லாத்தைத் தளுவினாஹ! இந்த பஸ்லேதான் நம்ம கடெலே மானேசராயிருக்க கொளும்புக்குப் போராஹ!" என்றார் மரைக்காயர்.

"கோடு இருக்கே, நடத்திப் பார்ப்போமே!" என்றார் சிதம்பரம் பிள்ளை.

■

மகாமசானம்

சாயந்தரமாகிவிட்டால், நாகரிகம் என்பது இடித்துக்கொண்டும் இடிபட்டுக்கொண்டும் போகவேண்டிய ரஸ்தா என்பதைக் காட்டும் படியாகப் பட்டணம் மாறிவிடுகிறது. அதிலும் தேகத்தின் நரம்பு முடிச்சுப்போல, நாலைந்து பெரிய ரஸ்தாக்களும், டிராம் போகும் ரஸ்தாக்களும் சந்திக்கும் இடமாகிவிட்டாலோ தொந்தரவு சகிக்கவே முடியாது. ஆபீஸிலிருந்து 'எச்சு'ப்போய் வருகிறவர்கள், இருட்டின் கோலாகலத்தை அனுபவிக்கவரும் அலங்கார உடை தரித்தவர்கள், மோட்டாரில் செல்லுவதற்கு இயலாத அவ்வளவு செயலற்ற அலங்கார வேஷ வௌவால்கள் எல்லாம் ஏகமேனியாக, 'எல்லாம் ஒன்றே' என்று காட்டும் தன்மை பெற்றவர்கள் போல் இடித்துத் தள்ளிக்கொண்டு அவரவர் பாதையில் போவார்கள். அன்றும் அம்மாதிரியே போய்க்கொண்டிருந்தார்கள்.

'ஒற்றைவழிப் போக்குவரத்து' என்ற ஸஞ்சார நியதி வந்ததிலிருந்து உயர்ந்த அடுக்குக் கட்டிடங்களின் உச்சியின் மேல் நின்றுகொண்டு பார்த்தால் அங்கே நாகரிகத்தின் சுழிப்புத் தெரியும். கரையைப் பீறிட்டுக்கொண்டு பாயும் வெள்ளத்தை அணைக்கட்டின் மேல் இருந்து கொண்டு பார்த்தால் எப்படியோ, அப்படி இருக்கும்.

நான் சொல்லவந்த இடமும் அதுதான். மவுண்ட் ரோட் ரவுண்டாணா. மலைப்பழ, மாம்பழக் கூடைக்காரிகளின் வரிசை. அவர்களுக்குப் பின்புறம் எச்சில் மாங்கொட்டையைக் குதப்பித் துப்பிவிட்டு, சீலையில் கையைத் துடைத்துக்கொள்ளும் 'மெராஸ் பறச்சிங்கோ', கைத்தடியோடு 'சிலுமன்' கொடுத்து உலாவிக்கொண்டிருக்கும் காபூலிவாலா, முகம்மதியப் பிச்சைக்காரன், நொண்டிப் பிச்சைக்காரன், குஷ்டரோகப் பிச்சைக்காரன், ராத்திரித் தொழிலுக்கு'த் தயாராகும் யுவதி - பாதையின் ஓரத்தில் உட்கார்ந்து கொண்டு, நிம்மதியாகச் சீவிச் சிங்காரித்துக் கொண்டிருக்கிறாள் அவள் - அப்புறம் நானாவித, "என்ன சார் ரொம்ப நாளாச்சே", "பஸ் வந்துட்டுது", "ஏறு" என்கிற பேர்வழிகள் எல்லாம். அவசரம், அவசரம், அவசரம்...

அப்பொழுது அவன் ரஸ்தாவின் ஓரத்தில் உள்ள நடைபாதையில் படுத்துச் சாவகாசமாகச் செத்துக்கொண்டிருந்தான்.

சாவதற்கு நல்ல இடம். சுகமான மர நிழல். வெக்கை தணிந்து அஸ்தமனமாகிவரும் சூரியன். "ஜே ஜே" என்ற ஜன இயக்கம். ராஜ கோலாகலம் என்றுதான் சொல்ல வேண்டும்.

அப்பொழுது அவன் செத்துக்கொண்டிருந்தான்; சாவகாசமாகச் செத்துக்கொண்டிருந்தான்.

ஜனங்கள் அவ்வழியாகப் போய்க்கொண்டிருந்தார்கள்; வந்து கொண்டிருந்தார்கள். அவர்களுக்குத் தெரியாது; சிலர் தெரிந்து கொள்ள விரும்பவில்லை .

அவன் கிழட்டுத் துருக்கப் பிச்சைக்காரன். தாடி மிகவும் நரைத்துவிட்டது. மேலே அழுக்குப் பிடித்த கந்தை; கையையும் காலையும், மூப்பு, போஷணையின்மை இரண்டும் சேர்ந்து சூம்ப வைத்துவிட்டன. கால், காய்த்துப்போன கால்.

அவன் பக்கத்தில் தலைமாட்டில் இன்னும் ஒரு பிச்சைக்காரன் உட்கார்ந்துகொண்டிருந்தான். தகரக் குவளையில் தண்ணீரை எடுத்துக் கிழவனுடைய தலையைத் தூக்கி ஒரு மிடறு தண்ணீர் கொடுக்க முயன்றும் முடியாமையால் வாயை மட்டிலும் நனைத்தான். தன்னுடைய கைகளைத் தலைக்குக்கீழ்க் கொடுத்துத் தூக்க முயன்றான். படுத்துக்கிடந்த கிழவன், அதாவது செத்துக்கொண்டிருந்த கிழவன், தன் பக்கத்தில் காருண்ய ஸ்தல ஸ்தாபனத்தார் நிறுத்தி வைத்திருந்தார்களே, அந்தத் தகரப் பீப்பாய், அதைப் பிடித்தபடியே தலையை நிமிர்த்த முயன்றான். அவன் கண்களில் ஒளி மங்கிவிட்டது. அவன் உதடு நீலம் பூத்துவிட்டது. அவன் கதையெல்லாம் இன்னும் சிறிது நேரத்திற்குள் சம்பூர்ணமாகிவிடும். ஆனாலும் அவன் அந்தத் தகரப் பீப்பாயைப் பிடித்த பிடிப்பை விடவில்லை. பிடிப்பில் ஓர் ஆறுதல் இருந்தது; பலம் இருந்தது. பக்கத்தில் யாரோ தண்ணீர் கொடுக்கிறார்கள் என்ற பிரக்ஞை இருந்ததாக மட்டும் தெரியவில்லை. தண்ணீர் வந்தது; குடிக்க வேண்டும்; அவ்வளவுதான் அவன் மனசில். அதற்குமேல் நினைக்க விருப்பமில்லை; தேவையில்லை; திராணி இல்லை.

அப்போது டிராம் வண்டி ஏறுவதற்காக இரண்டு பேர் வந்தார்கள். இரண்டு பேரும் நின்றார்கள். ஆனால், டிராம் வரவில்லை. இருவரில் ஒருவர் தகப்பனார்; முப்பது வயசு. இரண்டாவது நபர், சிறு பெண் குழந்தை. நாலைந்து வயசு இருக்கும். அவரைப் பார்த்தால் தம் குடும்பத் தேவைகளைத் திருப்தி செய்து கொள்வதற்குக் கஷ்டப்படுபவராகத் தெரியவில்லை. குழந்தை சாதாரணக் குழந்தை; ஆனால், தாய் சிறிதே கவனமுள்ளவள் என்பது தெரியும்படி, சுத்தமாக, படாடோபம் இல்லாமல் அலங்கரித்து விடப்பட்டிருந்தது.

குழந்தையும் தகப்பனாரும் டிராமுக்குக் காத்துக்கொண்டு நின்றார்கள். குழந்தை அவருடைய ஆள்காட்டி விரலைப் பிடித்துக்கொண்டு நின்றது. நின்றுகொண்டிருந்தவர்களுக்கு எதிர்ச் சாரியிலுள்ள கூடைக்காரி வைத்திருந்த மாம்பழம் நல்லதாகத் தெரிந்தது.

“குஞ்சு, நீ இங்கேயே நிக்கணும். அப்பா அந்தப் பக்கமாப் போய் ஒனக்கு மாம்பழம் வாங்கிண்டு வருவாளாம்” என்றார் அவர்.

“ஆகட்டும்” என்றது குழந்தை.

“நீ ரோட்டிலே இறங்கி வரவே படாது, தெரியுமா? வந்தாப் பழமில்லை” என்றார் அவர். ‘குழந்தையைத் தனியே விடக்கூடாது’ என்று அவர் மனசு குறுகுறுத்தது.

“இங்கியே நிக்கறேன் அப்பா” என்று கையடித்துக்கொடுப்பது போல அவரை அந்தப் பக்கம் போகும்படித் தூண்டியது குழந்தை.

மாம்பழ வேட்டையில் அவர் குழந்தையைத் தனியாக விட்டுவிட்டு ரஸ்தாவைக் குறுக்காகத் தாண்டி எதிர்ப்புறமாகச் சென்றார்.

குழந்தை தைரியமானது, இதற்குமுன் இவ்வாறு நின்று பழகியது என்றுதான் சொல்ல வேண்டும். முதல் பயத்தில் அப்பாவைத் தொடர்ந்த கண்கள் அப்புறம் பராக்குப் பார்ப்பதில் ஒன்றிவிட்டன.

சிவப்பு மோட்டார் ஒன்று அதன் கண்களைக் கவர, அந்தப் பக்கமாகவே பார்த்துக்கொண்டு நின்றது. அவசரப்பட்ட ஜீவன் ஒன்று குழந்தையைக் கவனிக்காமல் நடந்து போகையில் இடித்துவிட - அதன் மனம் எந்த உலகில் ஓடுகிறதோ - குழந்தை தள்ளாடியது. இடிபடாமல் நிற்பதற்காகச் சிவப்பு மோட்டாரைப் பார்க்கும் ஆசையையும் துறந்து நடைபாதை ஓரத்தில் உள்ள சுவர் அருகில் போய் நின்றுகொண்டது. சுவரில் ஒன்றி நின்று சாய்ந்து கொண்டு தன்னுடைய பைக்குள் கைபோட்டபடி நாலு திசைகளிலும் சுற்றிப் பார்த்தது.

செத்துக்கொண்டிருக்கும் அக்கிழவனும், அவனுடைய சாவுக்கு உதவி செய்து கொண்டிருக்கும் வேறு ஒருவனும் அதன் கண்ணில்பட, ‘அதென்ன வேடிக்கை?’ என்று பார்க்கத் தயங்கித் தயங்கி அவர்கள் பக்கம் நெருங்கியது.

‘பால் குடிக்கமாட்டேன்’ என்றால் அம்மா தன்னை மட்டும் வற்புறுத்தி டம்ளரில் வைத்துக்கொண்டு தன்னிடம் மல்லுக்கட்டி அதைப் புகட்டுவதும், அப்பா, வேண்டாம் என்றால் பேசாதிருந்து

விடுவதும் அதற்குத் தெரியும். பெரியவர்களுக்கு 'வேண்டாம்' என்று சொல்ல உரிமையுண்டு. அம்மாவானாலும் அவருக்குப் பயப்படுவாள் என்பது அந்தக் குழந்தையின் சித்தாந்தம். அதற்கு அது வேடிக்கையாக இருந்தது. பெரியவர்களுக்கு டம்ளரில் புகட்டுவதா என்று அதற்கு ஆச்சரியம்.

இந்த வேடிக்கையைப் பார்க்க அந்த இரண்டு அநாதைகளின் அருகில் சென்றது குழந்தை. கிழவனுடைய தலைப் பக்கம் நின்றது.

இளைய பிச்சைக்காரன் மறுமுறையும் கிழவன் தொண்டையை நனைக்க முயன்று கொண்டிருந்தான். அவனுக்குக் கைப்பழக்கம் போதாது. அவன் ஊற்ற முயன்றபோது, ஒன்று அதிகமாக புக்கென்று விழுந்து கழுத்தை நனைத்தது; அல்லது டம்ளரிலிருந்து விழவேயில்லை.

கிழவன் தகரப் பீப்பாயைப் பிடித்துக்கொண்டு செத்துக் கொண்டிருந்தான்.

குழந்தை நீரைப் பருகுவதற்கு வாயைக் குவிய வைப்பது போல வைத்துக்கொண்டு, "மெதுவா மெதுவா" என்றது.

தண்ணீர் வார்த்தவன் ஏறிட்டுப் பார்த்தான். "அம்மா, நீ இங்கே நிக்கப்படாது; அப்படிப் போயிரம்மா" என்றான்.

"ஏன்?" என்றது குழந்தை.

"இவுரு சாவுறாரு" என்றான் பிச்சைக்காரன்.

"அப்படீன்னா?"

"சாவுறாரு அம்மா, செத்துப்போறாரு" என்று தலையைக் கொளக் கென்று போட்டுக் காண்பித்தான்.

அது குழந்தைக்கு நல்ல வேடிக்கையாகத் தோன்றியது.

"இன்னும் ஒரு தரம் அப்படிக் காட்டு" என்றது.

'கூட்டம் கூடிவிடக்கூடாது' என்ற பயத்தில் பிச்சைக்காரன் வாயைப் பொத்திக்கொண்டு கையை மட்டும் காண்பித்தான்.

கிழவனுடைய தலைமாட்டில் அவனுடைய அந்திமக் கிரியைக்காக என்பதைக் குறிக்க இரண்டு தம்படிகள் போடப்பட்டிருந்தன. அவை குழந்தையின் கண்களில் பட்டன.

"பட்டாணி வாங்கிக் குடேன்" என்று படுத்துக் கிடந்தவரைச் சுட்டிக் காட்டியது.

தனக்குப் பிடித்தது மற்றவர்களுக்கும் பிடித்திருக்க வேண்டும் என்ற நம்பிக்கை அதற்கு.

எங்கே பெரியவர்யாராகிலும் வந்து தன் மீது மோசடிக் குற்றம் சாட்டப் போகிறார்களோ என்ற பயத்தில் நாலு பக்கமும் சுற்றிப் பார்த்துக்கொண்டு, "ஒங்கிட்டே துட்டு இருக்கா?" என்று கேட்டான் பிச்சைக்காரன்.

"இந்தா, ஒரு புதுத் துட்டு" என்று குழந்தை அவன் வசம் நீட்டியது.

அவன், குழந்தை கொடுத்ததைச் சட்டென்று வாங்கிக்கொண்டான். அது ஒரு புதுத் தம்படி. கோடீசுவரர்கள் அன்னதான சமாஜம் கட்டிப் பசிப்பிணியைப் போக்கிவிட முயலுவதுபோல், கடலில் காயம் கரைத்து வாசனையேற்றிவிட முயலுவது போல், குழந்தையும் தானம் செய்துவிட்டது.

பஞ்சடைந்த கண்ணோடு கிழவன் தகரப் பீப்பாயைப் பிடித்துக்கொண்டு செத்துக்கொண்டிருந்தான். ஜனங்கள் போய்க் கொண்டிருந்தார்கள்; வந்துகொண்டிருந்தார்கள்.

இந்த நிலையில் அவசரமாகப் போய்க்கொண்டிருந்த நபர் ஒருவரின் கையிலிருந்து ஓரணாச் சிதறிக் கீழே விழுந்தது. அதுகூட நினைவில்லாமல் அவரும் நடந்து கொண்டு கூட்டத்தில் மறைந்தார். அவ்வளவு அவசரம். உட்கார்ந்திருந்த பிச்சைக்காரன் அதைக் கவ்வியெடுத்தான். ஒருவரும் பார்க்கவில்லையேயென்று சுற்றுமுற்றும் பார்த்துக்கொண்டான்.

"நீ போம்மா" என்று குழந்தையைப் பார்த்து மீண்டும் ஒருமுறை சொல்லிப் பார்த்தான்.

குழந்தை, "மாட்டேன்" என்று காலைப் பரப்பிக்கொண்டு நின்றது. முகத்தை வலித்து 'அழகு' காட்டியது.

"பாவா, கொஞ்சம் பாலு வாங்கியாறேன்" என்று சொல்லிக் கொண்டு இளம் பிச்சைக்காரன் எழுந்து எதிர்ச்சாரி ஓட்டலை நோக்கி நடந்தான்.

இது கிழவன் காதில் படவில்லை. அவன் தகரப் பீப்பாயைப் பிடித்துக்கொண்டு செத்துக்கொண்டிருந்தான்.

குழந்தைக்கு அவனை நன்றாகப் பார்க்க முடிந்தது. அருகில் போய் நின்று கொண்டு வேடிக்கை பார்த்தது. இப்பொழுது விரட்டுவதற்குச் 'சின்னப் பூச்சாண்டி' இல்லையல்லவா? தனக்குப் பக்கத்தில் குழந்தை நிற்பது கிழவனுக்குப் பிரக்ஞை இல்லாததால் தெரியவில்லை. அவன் ஓட்டைப் பீப்பாயைப்

பிடித்துக் கொண்டிருந்தான். அவனும் ஒரு பெரிய "ஓட்டை ஓடசல்" ஜந்துதானே! குழந்தைக்கு அவனுடைய மூஞ்சி, தாடி, அவன் வாயைத் திறப்பது எல்லாம் புதுமை. அவனுடைய நீலம் பாரித்த உதட்டில் ஓர் ஈ வந்து உட்கார்ந்தது; இரண்டாவது ஈ வந்து உட்கார்ந்தது; அதை ஓட்ட அவன் வாயைத் திறந்து உதட்டைக் கோணுவது குழந்தைக்கு வேடிக்கையாக இருந்தது. என்ன நினைத்ததோ மெதுவாக "பாவா" என்று இளம் பிச்சைக்காரனைப்போலக் கூப்பிட்டுப் பார்த்தது. உள்ளுக்குள் பயம், பூச்சாண்டி எழுந்து உட்கார்ந்து கொள்ளுமோ என்று.

படுத்துக் கிடந்தவன் கண்கள் விரியத் திறந்திருந்தன; கண்ணின் மணியின் மேல் ஓர் ஈ வந்து உட்கார்ந்தது...

"என்னடி, அங்கே போய் நிக்கறே; ஒன்னை எங்கெயெல்லாம் பார்க்கிறது?" என்ற ஓர் அதட்டல் கேட்டது. பேரம் தர்க்கமாகி, தம் கணக்குக்கு கூடைக்காரியை ஒப்புக்கொள்ள வைத்து இரண்டு மாம்பழங்களை வாங்கி வந்தவரின் நியாயமான கோபம் அது.

"இல்லேப்பா, அது பாவாப் பூச்சாண்டி; பாத்துண்டிருந்தேன்" என்றது குழந்தை ஓடி வந்துகொண்டே.

சிலர் மட்டும் ஏறிட்டுப் பார்த்தார்கள்.

குழந்தையைத் தூக்கிக்கொண்டார் அவர்; அது பழத்தைத் தூக்க முடியாமல் தூக்கி மோந்து, "வாசனையா இருக்கே!" என்று மூக்கருகில் வைத்துத் தேய்த்துக்கொண்டது.

■

செல்லம்மாள்

1

செல்லம்மாளுக்கு அப்பொழுதுதான் மூச்சு ஒடுங்கியது; நாடியும் அடங்கியது. செல்லம்மாள் பெயரற்ற வெற்றுடம்பு ஆனாள். அதாவது பதியின் முன்னிலையிலே, உற்றார் உறவினருக்கு ஐந்நூறு அறுநூறு மைல் தூரத்திலே, பட்டணத்துத் தனிமையிலே மாண்டு போனாள்.

நெற்றியில் வியர்வை ஆறாகப் பொழிந்து கொண்டிருந்த பிரமநாயகம் பிள்ளை, கையிலிருந்த தவிட்டு முடிப்பைச் சற்று எட்ட வைத்துவிட்டு, செல்லம்மாளாக இருந்த அந்த உடம்பைப் பார்த்துக்கொண்டிருந்தார்.

சற்று அரைக்கண் போட்டபடி திறந்திருந்த இமைகளை மூடினார். அங்கொன்றும் இங்கொன்றுமாக வசமிழந்து கிடந்த கைகளை எடுத்து நெஞ்சின் மேல் மடித்து வைத்தார். இடது கால் சற்று ஒருபுறமாக மடிந்து கோணியிருந்தது. அதை நிமிர்த்தி, இரண்டு கால்களையும் சேர்த்துவைத்துக் கிடத்தினார். வாயிதழ் சற்றுத் திறந்திருந்தது. அதையும் மூடினார். செல்லம்மாள் இறந்து விட்டாள் என்று உள்மன உணர்ச்சி இருந்ததே ஒழிய, ஸ்பரிசத்தில் அவருக்குப் புலப்படவில்லை. அப்பொழுதுதான் மூச்சு அடங்கியது.

ஒரு பெரும் பளுவை இறக்கிக் கழுத்துக்கு ஆசுவாசம் கொடுப்பது போலவே, அவரது மனசிலிருந்தும் பெரும் பளு இறங்கியது. மனசிலே, மரணப்பிரிவினால் துன்பப் பிரவாகம் மதகுடைத்துக்கொண்டு பெருகி அவரை நிலைகுலையச் செய்யவில்லை. சகதர்மிணியாக இருந்த ஒரு ஜன்மத்துக்குத் துன்பச் சுமை குறைந்துவிட்டது என்பதிலே அவருடைய மனசுக்கு ஒரு நிம்மதி.

பிரமநாயகம் பிள்ளைக்கு மனப்பக்குவம் ஏற்பட்டுவிட்டது. சாவின் சாயையிலே அவரது மனம் நிலைகுலையவில்லை. அதனால் பிரமநாயகம் பிள்ளையைப் பந்தவினையறுத்த யோகி என நினைத்து விடக்கூடாது; அல்லது, அவரது மனசுக்கு வேலி போட்டுப் பாதுகாத்து வளர்த்து, 'போதி' மரம் வரையில் கொண்டு

விடும் ஞானமிகுந்த சுத்தோதனப் பெருந்தகையல்ல அவரது பிதா. வறுமை, நோய், சாக்காடு மூன்றையும் நேரில் அனுபவித்தவரே.

பிரமநாயகம் பிள்ளை வாழ்வின் மேடு பள்ளங்களைப் பார்த்திருக்கிறார் என்றால், அவர் ஏறிய சிறு சிறு மேடுகள் யாவும் படிப்படியாக இறங்கிக்கொண்டே போகும் பள்ளத்தின் கோளாறுகளே யாகும். வாழ்வு என்ற ஓர் அநுபவம் அவருக்கு ஏற்படும் போது அவர் மேட்டிலிருந்துதான் புறப்பட்டார்.

குடும்பத்தின் சகல செலவுகளுக்கும் வருஷந்தோறும் வருமானம் அளிக்கும் நிலபுலன்களைப் பங்கிட்டால், பட்டினி கிடக்காமல் பார்த்துக் கொள்ளக்கூடிய அளவு துண்டுகளாகப் பாகப்படுத்துவதை அவசியமாக்கும் அளவுக்கு வம்ச விருத்தி உடையவர் பிரமநாயகம் பிள்ளையின் பிதா.

பிரமநாயகம் பிள்ளை நான்காவது குழந்தை. சிறு வயதில் படிப்பில் சற்றுச் சூடிகையாக இருந்ததால், மற்றவர்களுக்குக் கையெழுத்து வாசிக்கும் வரையில் கைகாட்டிவிட்டு அவரைப் படிப்பித்தார் அவர் தகப்பனார். அவருக்கு இருந்த பொருள் வசதி, மகன் ஊரைவிட்டு ஐந்நூறு அறுநூறு மைல் எட்டி வந்தும், பட்டினி கிடக்காமல் மட்டும் பார்த்துக்கொள்ளக்கூடிய அளவுக்கே கல்வி வசதி அளித்தது. உற்ற பருவத்தில் பிரமநாயகம் பிள்ளைக்குச் செல்லம்மாள் கையைப் பிடித்து, அம்மி மிதித்து அருந்ததி பார்க்க வைக்கும் பாக்கியம் கிடைத்தது.

பிரமநாயகம் பிள்ளையின் தகப்பனார் காலமானார். சொத்து பாகமாயிற்று. குடும்பக் கடன் விவகாரம் வியாச்சிய எல்லையை எட்டாதபடி மூத்தவர் இருந்து சமாளிக்க, பிரமநாயகம் பிள்ளை ஜீவனோபாயத்துக்குச் செல்லம்மாளைக் கைப்பிடித்து அழைத்துக் கொண்டு சென்னைக்கு வந்து தஞ்சம் புகுந்தார்.

சென்னை அவருக்கு நிம்மதியற்ற வாழ்வைக் கொடுத்து அக்கினிப் பரீட்சை செய்தது. செல்லம்மாள் வீட்டிலே அவருக்கு நிம்மதியற்ற வாழ்வைக் கொடுத்துச் சோதித்தாள்; குணத்தினால் அல்ல, உடம்பினால். அவளுக்கு உடம்பு நைந்துவிட்டது. பிள்ளைக்கு வெளியில் சதா தொல்லை. வீட்டிலே உள்ளூர் அரிக்கும் ரணம்.

பிரமநாயகம் பிள்ளை ஒரு ஜவுளிக்கடையிலே வேலை பார்க்கிறார். ஜவுளிக்கடை முதலாளி, ஒரு ஜோடி ஜீவன்கள் உடலைக் கீழே போட்டு விடாமல் இருக்க வேண்டிய அளவு ஊதியம் தருகிறார். செல்லம்மாளின் வியாதி அதில் பாதியைத் தின்றுவிடுவதுடன் கடன் என்ற பெயரில் வெளியிலும் படருகிறது.

பிரமநாயகம் பிள்ளைக்கு மனசில் எழும் தொல்லைகள், முதலில் ரணம் காட்டி, பிறகு ஆறி மரத்துப்போன வடுவாகிவிட்டன. சம்பளத்தேதி என்று ஒன்று இல்லை. தேவையான போது வாங்கிக்கொள்ள வேண்டும் என்பது சம்பிரதாயம். அதாவது தேவையை முன்கூட்டி எதிர்பார்த்து, அதற்காக முதலாளியின் மனதைப் பக்குவமடையச் செய்து, பிறகு தினசரி இடைவிடாமல் கேட்டுக் கேட்டு, வழக்கம் போல் இன்றும் கிடைக்காது என்ற மன ஓய்ச்சலுடன் கேட்கும் போது, நிதானத்தைக் குலைக்கும் படியாக அவர் கொடுத்து விடுவதைப் பெற்றுக்கொண்டு வீடு திரும்புவதே அவர் வேலை பார்க்கும் ஸ்தாபனத்தின் வளமுறை. இப்படியாக, மாதம் முழுவதும் தவணை வாரியாகத் தேவைகளைப் பிரித்து, ஒரு காரியத்துக்காக எதிர்பார்த்த தொகையை அத்தியாவசியமாக முளைத்த வேறு ஒன்றுக்காகச் செலவழித்துவிட்டு, பாம்பு தன் வாலைத்தானே விழுங்க முயலும் சாதுர்யத்துடன் பிரமநாயகம் பிள்ளை தமது வாழ்வின் ஜீவனோபாய வசதிகளைத் தேவை என்ற எல்லை காணமுடியாத பாலைவனத்தைப் பாசனம் செய்ய, தவணை என்ற வடிகால்களை உபயோகிக்கிறார்.

செல்லம்மாளுக்கு உடம்பு இற்றுப்போயிற்று. இடைவிடாத மன உளைச்சலும் பட்டினியும் சேர்ந்து நோய் அவளைக் கிடத்திவிடும். காலையில் கண்ட ஆரோக்கியம் மாலையில் அஸ்தமித்துவிடும். இதை முன்னிட்டும் சிக்கனத்தை உத்தேசித்தும் பிரமநாயகம் பிள்ளை நகரின் எல்லை கடந்து, சற்றுக் கலகலப்புக் குறைவாக உள்ள, மின்சார வசதி இல்லாத இடத்தில் வசித்து வந்தார். அதிகாலையில் பசியை ஆற்றிக் கொண்டு கைப்பொட்டணத்துடன் கால்நடையாகவே புறப்பட்டுத் தமது வயிற்றுப் பிழைப்பின் நிலைக்களத்துக்கு வந்துவிடுவார். பிறகு அங்கிருந்து நன்றாக இருட்டி, செயலுள்ளவர்கள் சாப்பிட்டுக் களைப்பாறும் தருணத்தில் வீட்டு நடையை மிதிப்பார். செல்லம்மாள் அன்றையப் பொழுதைக் கழித்த நிலைதான் அவரது சாப்பாட்டுக்கு மூலாதார வசதி. வரும் போது வீடு இருட்டி, வெளிவாசல் கதவு தாழிடாமல் சாத்திக்கிடந்தது என்றால் அவர் உள்ளே சென்று கால் முகம் கழுவி அநுட்டானாதிகளை முடித்துக்கொண்ட பிற்பாடு அடுப்பு மூட்டினால்தான் இருஜீவன்கள் பசியாறுவதற்கு மார்க்கம் உண்டு. அவர் வீடு அடையும் தருணத்தில் அந்தப் பிராந்தியத்துக் கடைகள் யாவும் மூடிக் கிடக்குமாகையால் வீட்டில் உள்ளதை வைத்துத்தான் கழிக்க வேண்டும். சில சமயங்களில் வீட்டில் உள்ளது என்பது காலியான பாத்திரங்கள் என்ற பொருட் பொலிவுக்குள் பந்தப்பட்டுக்

கிடக்கும். அச்சமயங்களிலும் பிள்ளையவர்களின் நிதானம் குலைந்து விடாது. வெந்நீர் வைத்தாவது மனைவிக்குக் கொடுப்பார்.

இப்படியாக, பிரமநாயகம் பிள்ளை சென்னையில் பத்து வருஷங்களையும் கழித்துவிட்டார். அவருக்கு ஒவ்வொரு சமயங்களில் ஊருக்குப் போய்விடுவோமா என்ற துணிச்சலான நினைவு தோன்றுவதும் உண்டு. ஆனால் அடுத்த நிமிஷம், சக்தியின்மை மனசில் ஆழ்ந்த ஏமாற்றத்தை, கைப்பை, தரையிட்டு விடும். மேலும் அங்கு எப்படியெல்லாம் இருக்குமோ என்ற பயம் அவருடைய மனசை வெருட்டியது.

சங்கடங்களை நிவர்த்தித்துக்கொள்ளும் மார்க்கங்களைப் பற்றி அவர், அதோ கிடத்தி இருக்கிறதே அந்தச் சடலத்துடன், அதில் மூச்சு ஓடிக்கொண்டு பேசாத சில சமயங்களில், உல்லாசமாக ஊருக்குப் போய்விடுவதில் உள்ள சுகங்களைப் பற்றிப் பேசியதும் உண்டு. செல்லம்மாள், வறண்ட உதடுகளில் சில சமயம் உற்சாக மிகுதியால் களுக்கென்று சிரித்து வெடிப்பு உண்டு பண்ணிக் கொள்வாள். ஊர்ப்பேச்சு, தற்சமயப் பிரச்னைகளை மறப்பதற்குச் சௌகரியமாக, போதை தரும் கஞ்சா மருந்தாகவே அந்தத் தம்பதிகளுக்கு உபயோகப்பட்டு வந்தது.

2

அன்று பிரமநாயகம் பிள்ளை அதிகாலையில் பழஞ்சோற்று மூட்டையுடன் நடைப்படியைத் தாண்டும் பொழுது செல்லம்மாளுக்கு எழுந்து நடமாட முடிந்தது. இரவு அவர் திரும்பும் போது திருப்தியுடன் சாப்பிட, அவருக்குப் பிரியமான காணத் துவையலும் ஒரு புளியிட்ட கறியும் வைக்கப் போவதாகச் சொல்லிவிட்டு, கையில் உமிக் கரிச் சாம்பலுடன் புழைக்கடைக்குச் சென்றாள்.

“இன்னைக்கித்தான் சித்தெ தலெ தூக்கி நடமாடுதெ. வீணா உடம்பெ அலெட்டிக்கிடாதே” என்று நடைப்படியைத் தாண்டிய திரு. பிள்ளை திரும்பி நின்ற மனைவியை எச்சரித்துவிட்டு, வெளிப்புறமாகக் கதவை இழுத்துச் சாத்தி, ஒரு கையால் அதைச் சற்றுப் பிடித்துச் சமன் செய்து, நிலைக்கும் கதவுக்கும் இருந்த இடைவெளியில் விரலைவிட்டு உள்தாழ்ப்பாளைச் சமத்காரமாகப் போட்டார். பிறகு தாழ்ப்பாள் கொண்டியில் விழுந்துவிட்டதா என்பதைக் கதவைத் தள்ளிப் பார்த்துவிட்டு, தெருவில் இறங்கி நடந்தார்.

அன்று வழி நெடுக அவரது மனசு கடைக்காரப் பிள்ளையின் மனப்பக்குவத்தையும் செல்லம்மாளின் அபிலாஷைகளையுமே சுற்றிச் சுற்றி வட்டமிட்டு வந்தது.

செல்லம்மாள், பேச்சின் போக்கில், அதாவது முந்திய நாள் இரவு, நெஞ்சு வலிக்கு ஒற்றடமிட்டுக்கொண்டிருந்தபோது, "வருகிற பொங்கலுக்கு வீட்டு அரிசி சாப்பிட வேணும். ஊருக்கு ஒருக்க போய்ப் போட்டு வரலாம்; வரும் போது நெல்லிக்காய் அடையும், ஒரு படி முருக்க வத்தலும் எடுத்துக்கிட்டு வரணும்" என்று சொல்லிவிட்டாள்.

பேச்சிலே வார்த்தைகள் மென்மையாகத்தான் இருந்தன. அதைவிட அவள் புலிப்பால் கொண்டு வரும்படி கேட்டிருக்கலாம். பிரம்மவித்தை கற்று வரும்படி சொல்லியிருக்கலாம். அவை அவருக்கு எட்டாக் கனவாகப் பட்டிரா.

"அதற்கு என்ன, பார்த்துக்கொள்ளுவோமே! இன்னம் புரட்டாசி களியலியே; அதற்கப்புறமல்லவா பொங்கலைப் பற்றி நினைக்கணும்?" என்றார்.

"அது சதிதான்; இப்பமே சொன்னாத்தானே, அவுக ஒரு வளி பண்ணுவாக!" என்று அவகாச அவசியத்தை விளக்கினாள் செல்லம்மாள். அவுக என்றது கடை முதலாளிப் பிள்ளையைத்தான்.

"தீபாவளிக்கு ஒங்க பாடு கவலையில்லே; கடையிலேருந்து வரும்; இந்த வருசம் எனக்கு என்னவாம்?" என்று கேட்டாள்.

"எதுவும் உனக்குப் பிடித்தமானதாப் பாத்து எடுத்துப்போட்டாப் போச்சு. மொதல்லெ நீ எளுந்து தலையைத் தூக்கி உக்காரு" என்று சிரித்தார் பிரமநாயகம்.

வழி நெடுக, 'அவளுக்கு என்னத்தை பற்றுக் கணக்கில் எழுதிவிட்டு எடுத்துக்கொண்டு வருவது? பழைய பாக்கியே தீரவில்லையே! நாம் மேலும் மேலும் கணக்கேற்றிக்கொண்டே போனால் அனுமதிப்பார்களா?' என்றெல்லாம் எண்ணமிட்டுக்கொண்டே நடந்தார். கடைக்குள் நுழைந்து சோற்றுப் பொட்டணத்தையும் மேல் வேட்டியையும் அவருடைய மூலையில் வைத்தார்.

"என்னடே பெரமநாயகம், ஏன் இத்தினி நாளிய? யாரு வந்து கடையெத் தெறப்பான்னு நெனச்சுக்கிட்டே? வீட்டிலே எப்படி இருக்கு? சதி, சதி, மேலே போயி அரைப் பீசு 703 எடுத்துக்கிட்டு வா; கையோட வடக்கு மூலையிலே, பனியன் கட்டு இருக்கு பாரு, அதையும் அப்படியே தூக்கியா" என்ற முதலாளி ஆக்ஞை அவரை ஸ்தாபன இயக்கத்தில் இணைத்துவிட்டது. ஒருகஜம், அரைக்கஜம்,

பட்டு, பக்கா, சேலம், கொள்ளேகாலம், பாப்லின், டுவில் - என்றெல்லாம் பம்பரமாக வயிற்றுக் கடவுளுக்கு லக்ஷார்ச்சனை செய்துகொண்டிருந்தார் பிரமநாயகம் பிள்ளை.

மாலை ஒன்பது மணிக்கு முதலாளிப் பிள்ளையவர்களிடம் தயங்கித் தயங்கித் தமது தேவையை எடுத்துச்சொல்லி, மாதிரி காட்டுவதற்காக மூன்று சேலைகளைப் பதிவு செய்து விட்டு, மேல் வேட்டியில் முடிந்தவராக வீடு நோக்கி நடந்தார்.

3

நடைப்படியருகில், பிரமநாயகம் பிள்ளை வந்து மூட்டையை இறக்கிவைத்து விட்டு, கதவுச் சந்துக்கிடையில் வழக்கம் போல விரல்களை விட்டு உள்தாழை நெகிழ்த்தினார். தெருவில், இருள் விழுங்கிய நாய் ஒன்று உறக்கக் கலக்கத்துடன் ஊளையிட்டு அழுதது. அதன் ஏக்கக் குரல் அலைமேல் அலையாக மேலோங்கி எழுந்து மங்கியது.

பிரமநாயகம் பிள்ளை கதவைத் தள்ளித் திறந்து கொண்டு உள்ளே நுழைந்தார்.

வீட்டில் விளக்கில்லை. 'உறங்கி இருப்பாள். நாளியாகலே...' என நினைத்துக்கொண்டே நிலைமாடத்தில் இருந்த நெருப்புப் பெட்டியை எடுத்து அருகிலிருந்த சிமினி விளக்கை ஏற்றினார். அந்த மினுக்கட்டான் பூச்சி இருளைத் திரட்டித் திரட்டிக் கட்டியது. அதன் மங்கலான வெளிச்சம் அவரது ஆகிருதியைப் பூதாகாரமாகச் சுவரில் நடமாட வைத்தது.

முதல் கட்டைத் தாண்டி உள்ளே நுழைந்தார். செல்லம்மாள் புடவைத் துணியை விரித்து, கொடுங்கை வைத்து இடது புறமாக ஒருக்களித்துக் கிடந்தாள். வலதுகை பின்புறமாக விழுந்து தொய்ந்து கிடந்தது. அவள் கிடந்த நிலை, தூக்கமல்ல என்பதை உணர்த்தியது. பிரமநாயகம் பிள்ளை குனிந்து முகத்துக்கு நேரே விளக்கைப் பிடித்துப் பார்த்தார். கண் ஏறச்செருகியிருந்தது. நெஞ்சில் மட்டும் சிறிது துடிப்பு; சுவாசம் மெல்லிய இழைபோல் ஓடிக்கொண்டிருந்தது.

நிமிர்ந்து பின்புறமாகப் புழைக்கடைக்குச் சென்றார். போகும் போது அவரது பார்வை சமையற் கட்டில் விழுந்தது. உணவெல்லாம் தயாரித்து வரிசையாக எடுத்து அடுக்கி இருந்தது. அடுப்பில் வெந்நீர் கொதித்துக் கொண்டிருந்தது.

சாவகாசமாக, கிணற்றில் ஜலம் மொண்டு கால் கைகளைச் சுத்தம் செய்து கொண்டார். திரும்ப உள் நுழைந்து அடுப்பபடியிலிருந்த அகல் விளக்குத் திரியை நிமிண்டித் திருத்தி ஏற்றினார். பக்கத்திலிருந்த மாடத்திலிருந்து ஒரு சுக்குத் துண்டையும் நெருப்புப் பெட்டியையும் எடுத்துக்கொண்டு உள்கட்டுக்குத் திரும்பி வந்தார்.

சுவரின் பக்கத்திலிருந்த குத்துவிளக்கை ஏற்றிவைத்து விட்டு, செல்லம்மாளருகில் வந்து உட்கார்ந்தார். கையும் காலும் ஜில்லிட்டிருந்தன. கற்பூரத் தைலத்தை உள்ளங்கையில் ஊற்றி, சூடு ஏறும்படித் தேய்த்து விட்டு, கமறலான அதன் நெடியை மூக்கருகில் பிடித்தார். பிரயோஜனம் இல்லை. எண்ணெயை ஊற்றிச் சற்றுப் பதற்றத்துடன் மூக்கின் மேலும் கபோலத்திலும் தடவினார். பிறகு எழுந்து சென்று கொதிக்கும் நீரை ஒரு பாத்திரத்தில் எடுத்துக்கொண்டு வந்து கையிலும் காலிலும் நெஞ்சிலுமாக ஒற்றடமிட்டார். அதிலும் பிரயோஜனம் இல்லை. சுக்குத் துண்டை விளக்கில் கரித்துப் புகையை மூக்கருகில் பிடித்தார்.

முகம் ஒருபுறமாகச் சாய்ந்திருந்ததனால் வாக்காக இல்லை. மெதுவாக அவளைப் புரட்டி மலர்த்திப் படுக்க வைத்தார். மறுபடியும் சுக்குப் புகையைப் பிரயோகித்தார்.

இரண்டு முறை ஊதியதும் செல்லம்மாள், புகையைத் தவிர்க்க சிறிது தலையை அசைக்க ஆரம்பித்தாள். உடலையே அதிர வைக்கும் ஒரு பெரிய தும்மல். மறுபடியும் மயக்கம். மறுபடியும் புகையை ஊத, முனகி, சிறு குழந்தை மாதிரி அழுதுகொண்டே, "தண்ணி..." என்று கேட்டாள் செல்லம்மாள்.

"இந்தா, கொஞ்சம் வாயை இப்படித் திறந்துக்கோ" என்று சிறு தம்ளரில் வெந்நீரை எடுத்து வாயை நனைக்க முயன்றார். அதற்குள் மறுபடியும் பல் கிட்டிவிட்டது; மயக்கம்.

பிரமநாயகம் பிள்ளை, தாம் அநுபவபூர்வமாகக் கண்ட சிகிச்சையை மீண்டும் பிரயோகித்தார்.

செல்லம்மாள் சிணுங்கிக்கொண்டே ஏறிட்டு விழித்தாள். எங்கிருக்கிறோம் என்பது அவளுக்குப் புரியாதது போல் அவள் பார்வை கேள்விகளைச் சொரிந்தது.

"நீங்க எப்ப வந்திய? அம்மெயெ எங்கே? உங்களுக்காகச் சமைச்சு வச்சிக்கிட்டு எத்தனை நேரமாக் காத்துக்கிட்டு இருப்பா?" என்றாள்.

பிரமநாயகம் பிள்ளை இம்மாதிரியான கேள்விக்குப் பதில் சொல்லி, இதமாக, புரண்டு கிடந்த பிரக்ஞையைத் தெளிவிப்பதில் நிபுணர். கேள்விகளுக்குச் சரியான பதில் சொல்ல வேண்டும் என்பதில்லை; கேட்டதற்கு உரிய பதில் சொன்னால் போதும்.

திடீரென்று செல்லம்மாள் அவரது கையை எட்டிப் பிடித்துக்கொண்டு, "அம்மா, அம்மா, ஊருக்குப் போயிடுவோம். அந்தத் துரோகி வந்தா புடிச்சுக் கட்டிப் போட்டுவிடுவான்... துரோகி! துரோகி! துரோகி..." என்று உச்ச ஸ்தாயியில் கத்திக்கொண்டு போனாள். குரல் கிறீச்சிட்டது. பிரமநாயகம் பிள்ளை இடது கையால் ஒரு துணியைக் குளிர்ந்த ஜலத்தில் நனைத்து நெற்றியில் இட்டார்.

செல்லம்மாள் மறுபடியும் பிதற்ற ஆரம்பித்தாள். எதிரிலிருப்பது யார் என்பது அவளுக்குப் புலப்படவில்லை. "அம்மா, அம்மா... நீ எப்போ வந்தே?... தந்தி கொடுத்தாங்களா...?" என்றாள்.

"ஆமாம். இப்பத்தான் வந்தேன். தந்தி வந்தது. உடம்புக்கு எப்படி இருக்கிறது?" என்று பிரமநாயகம் பிள்ளை தாயாக நடித்தார். செல்லம்மாளின் தாய் இறந்து ஐந்து வருஷங்கள் ஆகின்றன. இவளுக்கு இம்மாதிரிப் பிதற்றல் வரும்போதெல்லாம் தாய் உயிருடன் இருப்பதாக ஒரு பிரமை தொடர்ந்து ஏற்படும்.

"அம்மா, எனக்குக் கொஞ்சம் தண்ணி தா... இவுங்க இப்படித்தாம்மா... என்னைப் போட்டுட்டுப் போட்டுட்டுக் கடைக்குப் போயிடுதாக... எப்ப ஊருக்குப் போகலாம்?... யாரு எங்காலையும் கையையும் கட்டிப்போட்டுப் போட்டா?... இனிமே நான் பொடவெயே கேக்கலே... என்னைக் கட்டிப்போடாதிய... மெதுவா நகந்து நகந்தே ஊருக்குப் போயிடுதேன். ஐயோ! என்னெ விட்டுடிங்கன்னா! நான் உங்களை என்ன செஞ்சேன்?... கொஞ்சம் அவுத்து விட மாட்டியளா?... நான் எங்கம்மையைப் பாத்துப்போட்டு வந்திடுதேன்... அப்புறம் என்னைக் கட்டிப் போட்டுக்கிடுங்க."

மறுபடியும் செல்லம்மாளுக்கு நினைவு தப்பியது.

வைத்தியரைப் போய் அழைத்து வரலாமா என்று நினைத்தார் பிரமநாயகம் பிள்ளை. 'இவளை இப்படியே தனியாக விட்டு விட்டு எப்படிப் போவது? கொஞ்ச தூரமா?'

மறுபடியும் சுக்குப் பிரயோகம் செய்தார்.

நாடி மெதுவாக ஓடிக்கொண்டிருந்தது.

செல்லம்மாள் செத்துப்போவாளோ என்ற பயம் பிரமநாயகம் பிள்ளையின் மனசில் லேசாக ஊசலாடியது.

அந்தப் பயத்திலே மன உளைச்சலோ சொல்லை மீறும் துக்கத்தின் வலியோ இல்லை. வியாதியஸ்தனின் நாக்கு உணரும் ஒரு கைப்பும், அதற்குச் சற்று ஆழமாக ஒரு நிம்மதியும் இருந்தன. எவ்வளவு கஷ்டப்பட்டும் என்ன பலன் என்ற ஒரு மலைப்பு.

செல்லம்மாள் சிணுங்கிக்கொண்டே ஒருபுறமாகச் சரிந்து படுத்தாள்.

என்ன சொல்லுகிறாள் என்பது பிடிபடாமல், காலுக்கு ஒற்றடமிட்டுச் சூடு உண்டாக்கிக்கொண்டிருந்த பிரமநாயகம் பிள்ளை, "என்ன வேண்டும்?" என்று கேட்டுக்கொண்டு அவளது தலைப்புறமாகத் திரும்புமுன், சுவாசம் சரியாக ஓட ஆரம்பித்தது. செல்லம்மாள் மயக்கத்திலிருந்து விடுபட்டுத் தூங்க ஆரம்பித்தாள். முகத்தில் வெறிச்சோடிக் கிடந்த நோய்க்களை மங்கி அகன்றது.

பத்து நிமிஷம் கழியவில்லை; செல்லம்மாள் விழித்துக்கொண்டாள். மேலெல்லாம் ஏன் நனைந்திருக்கிறது என்று தடவிப் பார்த்துக்கொண்டு சிதறிக் கிடந்த ஞாபகத்தைக் கோவை செய்ய முயன்றாள்.

"தலையை வலிக்கிறது" என்றாள் சிணுங்கிக்கொண்டே.

"மேலெல்லாம் பூட்டுப் பூட்டாக வலிக்குது" என்று சொல்லிவிட்டுக் கண்களை மெதுவாக மூடினாள்.

"மனசை அலட்டிக்கொள்ளாமல் நிம்மதியாகத் தூங்கு; காலையில் சரியாகப் போய்விடும்" என்றார்.

"உம்" என்றுகொண்டு கண்களை மூடியவள், "நாக்கை வறட்டுது; தண்ணி" என்றாள், எழுந்து உட்கார்ந்து கொண்டு.

"ஏந்திரியாதே; விளப்போறே" என்று கொண்டே முதுகைத் தாங்கியபடி வெந்நீரை ஒரு தம்ளரில் கொடுத்தார். அதைத் தொட்டுப் பார்த்துவிட்டு, "அது வாண்டாம். பச்சைத் தண்ணி கொடுங்க. நாக்கை வறட்டுது" என்றாள்.

"பச்சைத்தண்ணி குடிக்கப்படாது; வெந்நிதான் உடம்புக்கு நல்லது" என்று சொல்லிப் பார்த்தார்; தர்க்கம் பண்ணி அவளை

அலட்டுவதை விடக் குளிர்ந்த ஜலத்தைக் கொடுத்து விடுவதே நல்லது என்று ஊற்றிக் கொடுத்துவிட்டு மெதுவாகப் படுக்க வைத்தார்.

கண்ணை மூடிச் சில விநாடிகள் கழித்ததும், “உங்களைத்தானே; எப்ப வந்திய? சாப்பிட்டியளா?” என்றாள்.

“நான் சாப்பிட்டாச்சு. நீ படுத்துத் தூங்கு; சும்மா ஒண்ணை மாத்தி ஒண்ணை நெனச்சுக்காதே” என்றார் பிரமநாயகம் பிள்ளை. பதில் அவள் செவியில் விழுந்தது; பிரக்ஞையில் பதியவில்லை. செல்லம்மாள் தூங்கிவிட்டாள்.

பிரமநாயகம் பிள்ளை கோரைப் பாயை எடுத்து வாசல் கதவுப்புறமாக விரித்துக்கொண்டு, “முருகா” என்று கொட்டாவியுடன் உட்காரும் பொழுது, ஒரு கோழி கூவியது. உலகம் துயிலகன்றது. பிள்ளையவர்களுக்குச் சற்று உடம்பைச் சரிக்க இடம் கொடுக்கவில்லை. முழங்காலைக் கட்டிக்கொண்டே உட்கார்ந்து கொண்டிருந்தார். மனம் மட்டும் தொடர்பற்ற பல பழைய நிகழ்ச்சிகளைத் தொட்டுத் தொட்டுத் தாவிக்கொண்டிருந்தது.

பொழுதும் புலர ஆரம்பித்தது. கறிகாய் விற்பனைக்காகத் தலையில் சுமடு எடுத்துச்செல்லும் பெண்கள், வர்த்தகத்தில் சற்றுச் செயலிருந்ததால் கைவண்டியில் காய்கறி ஏற்றி நரவாகன சவாரி செய்யும் பெண்களின் குரல் பிள்ளையவர்களை நினைவுக் கோயிலிலிருந்து விரட்டியது. உள்ளே சென்று குனிந்து கவனித்தார். கொடுங்கையாக மடித்து, கன்னத்துக்கு அண்டை கொடுத்து, உதடுகள் ஒருபுறம் சுழிக்க, அவள் ஆழ்ந்த நித்திரையில் இருந்தாள்.

எழுந்திருந்ததும் வயிற்றிற்கு ஏதாவது சுடச்சுடக் கொடுத்தால் நலம் என்று நினைத்தவராய் உள்கட்டுக்குச் சென்று அடுப்பைப் பற்ற வைத்து விட்டு, புழைக்கடைப்புறம் சென்றார்.

அவர் திரும்பி வந்து, “முருகா” என்று விபூதியை நெற்றியில் இட்டுக்கொண்டிருக்கையில், செல்லம்மாள் விழித்து எழுந்திருந்து படுக்கையில் உட்கார்ந்து தலையை உதறிக் கோதிக் கட்டிக்கொண்டு சிணுங்கியவண்ணம் உள்ளே ஏறிட்டுப் பார்த்தாள்.

“இப்பொ எப்படி இருக்கு? நல்லாத் தூங்கினெ போல இருக்கே” என்றார் பிரமநாயகம் பிள்ளை.

“மேலெல்லாம் அடிச்சுப் போட்டாப்பலே பெலகீனமா இருக்கு. பசிக்கிது... சுடச்சுட ஏதாவது இருந்தாத் தேவலை” என்று

செல்லம்மாள், தலையைச் சற்று இறக்கி, உச்சியைச் சொறிந்தபடி, புருவத்தை நெறித்துக்கொண்டு சொன்னாள்.

“அடுப்பிலே கருப்பட்டிக் காப்பிப் போட்டிருக்கேன்; பல்லைத் தேச்சுப்பிட்டுச் சாப்பிட்டாப் போகுது; பல் தேய்க்க வெந்நி எடுத்துத் தரட்டுமா?” என்றார்.

“வெந்நிய எடுத்துப் பொறவாசல்லெ வச்சிருங்க. நான் போய்த் தேச்சுக்கிடுதேன்” என்றாள் செல்லம்மாள்.

“நல்ல கதையாத்தான் இருக்கு; நேத்துக் கெடந்த கெடப்பெ மறந்து போனியா? நடமாடப் படாது.”

“ஒங்களுக்குத்தான் என்ன, வரவர அசிங்கம் கிசிங்கம் இல்லாமெப் போகுது” என்று சொல்லிக்கொண்டே சுருட்டி வாரிக் கட்டிக்கொண்டு எழுந்தாள். கால் தள்ளாடியது.

மூசுமூசென்று இரைத்துக்கொண்டு சுவரில் கைகளை ஊன்றிக் கொண்டாள். பிரமநாயம் பிள்ளை சட்டென்று பாய்ந்து அவளது தோள்பட்டையைப் பிடித்துக்கொண்டார்.

“பைய என்னைப் பொறவாசலுக்குக் கொண்டு விட்டிருங்க. பல்லைத் தேக்கட்டும். நிக்க முடியல்லே” என்றாள்.

அவளுடைய விதண்டாவாதத்துக்குப் போக்குக் கொடுத்து, கைத்தாங்கலாகப் புழைக்கடையில் கொண்டு போய் அவளை உட்கார வைத்தார்.

பல்லைத் தேய்த்துவிட்டு, “அப்பாடா” “அம்மாடா” என்ற அங்கலாய்ப்புக்களுடன் செல்லம்மாள் மீண்டும் படுக்கையில் வந்து படுப்பதற்குள் உடல் தளர்ந்து விட்டது. படுத்தவுடன் தளர்ச்சியாகக் கண்களை மூடினாள்.

பிள்ளையவர்கள் காப்பி எடுத்து வந்து ஆற்றிக்கொண்டு, “பதமாக இருக்கு, குடி; ஆறிப்போச்சுன்னு சொல்லாதே!” என்றார். அதற்கு அவளால் பதில் சொல்ல முடியவில்லை. கையமர்த்தினாள். சில நிமிஷங்கள் கழித்து மெதுவாகக் கண்களைத் திறந்தாள். சிரமத்துடன் கைகளை ஊன்றிக்கொண்டு எழுந்து உட்கார்ந்தாள். தம்ளரிலிருந்த காப்பியைத் தொட்டுப் பார்த்துவிட்டு, “சூடே இல்லையே! அடுப்பிலே கங்கு கெடக்கா? கொஞ்சம் வச்சு எடுத்து வாருங்க...” என்றாள்.

“அதெ அப்பிடியே வச்சிரு; வேறெ சூடா இருக்கு; தாரேன்” என்று வேறு ஒரு பாத்திரத்தில் இன்னும் கொஞ்சம் எடுத்து வந்து தந்தார்.

காப்பியை எடுத்து நெஞ்சுக்கு இதமாக ஒற்றடமிட்டுக்கொண்டு, சாவகாசமாக ஒவ்வொரு மிடறாகக் குடித்துக்கொண்டிருந்த செல்லம்மாள், “நீங்க என்ன சாப்பிட்டிய?” என்றாள்.

“பழையது இருந்தது. ஓர் உருண்டை சாப்பிட்டேன். நீ காப்பியைச் சீக்கிரம் குடி. நேரமாகுது. வைத்தியனைப் போய்ப் பார்த்துக்கிட்டு வாரேன்” என்றார்.

“வைத்தியனும் வேண்டாம்; ஒண்ணும் வேண்டாம். எனக்கு என்ன இப்ப? வீணாக் காசெக் கரியாக்காதிக. புளிப்பா எதுவும் தின்னாத் தேவலை. புளிச்ச தோசைமாவு இருந்துதே, அதெ என்ன பண்ணிய?” என்றாள்.

“புளிப்பாவது கத்திரிக்காயாவது! காப்பியைக் குடிச்சுப்பிட்டுப் படுத்திரு. நான் வைத்தியனைக் கூட்டிக்கிட்டு வாரேன்; நேத்துக் கெடந்த கெடப்பு மறந்து போச்சுப்போலே!” என்று எழுந்தார்.

“அந்தக் காப்பியை ஏன் வீணாக்கிறிய? நீங்க சாப்பிடுங்களேன்” என்றாள் செல்லம்மாள்.

வைத்தியனைத் தேடிச் சென்ற பிரமநாயகம் பிள்ளை, பஞ்சத்தில் அடிப்பட்டவன் போன்ற சித்த வைத்திய சிகாமணி ஒருவனைத் தேடிப்பிடித்து அழைத்துக்கொண்டு வந்தார். இருவரும் உள்ளே நுழைந்த போது படுக்கையில் செல்லம்மாளைக் காணவில்லை.

அடுப்பங்கரையில் ‘சுர்’ ‘சுர்’ என்று தோசை சுடும் சப்தம் கேட்டது. வைத்தியரைப் பாயை விரித்து உட்காரவைத்துவிட்டு, “என்னத்தைச் சொன்னாலும் காதுலே ஏறமாட்டேன்கிறதே; இன்னம் என்ன சிறுபிள்ளையா?” என்று குரல் கொடுத்துக் கொண்டு உள்ளே நுழைந்தார் பிள்ளை.

வேர்க்க விறுவிறுக்க, செல்லம்மாள் தன் சக்திக்கு மீறிய காரியத்தில் ஈடுபட்டிருந்தாள். கை நடுக்கத்தால் தோசை மாவு சிந்திக் கிடந்தது. தட்டத்தில் ஒரு தோசை கரிந்து கிடந்தது. அடுத்தது வாக்காக வரும் என்று எண்ணெய் மிளகாய்ப் பொடி முதலிய உபகரணங்களுடன் தோசைக் கல்லைப் பார்த்துக்கொண்டிருந்தாள் செல்லம்மாள். அவரை ஏறிட்டுப் பார்த்துச் சிரித்தாள்.

"போதும் போதும். சிரிக்காதே; வைத்தியர் வந்திருக்கார். எந்திரி" என்று அவளைக் கையைப் பிடித்துத் தூக்கினார்.

"இதெக் கல்லை விட்டு எடுத்துப் போட்டு வருகிறேன்."

"நீ ஏந்திரி" என்று சொல்லிக்கொண்டே வெந்து கொண்டிருந்த தோசையுடன் கல்லைச் சட்டுவத்தால் ஏந்தி எடுத்து அகற்றினார்.

"நீங்க போங்க. நான் வர்ருதேன்" என்று குலைந்த உடையைச் சீர்திருத்திக்கொண்டு, தள்ளாடிப் பின்தொடர்ந்து வந்து பாயில் உட்கார்ந்தாள்.

வைத்தியன் நாடியைப் பரீட்சித்தான். நாக்கை நீட்டச் சொல்லிக் கவனித்தான்.

"அம்மா, இப்படி இருக்கிற போது நீங்க எழுந்திரிச்சு நடக்கவே கூடாது. உடம்பு இத்துப் போச்சு. தெகன சக்தியே இல்லியே இன்னும் மூணு நாளைக்கு வெறும் பால் கஞ்சிதான் ஆகாரம். உடம்புக்கு வலு கொஞ்சம் வந்ததும் மருந்து கொடுக்கலாம். காப்பியைக் கொஞ்ச நாளைக்கி நிறுத்தி வையிங்க. காலையிலும் ராத்திரியிலும் பால். மத்தியான்னமாக் கஞ்சி. படுக்கையை விட்டு எந்திரிக்கவே கூடாது, ஐயா. மயக்கம் வந்தா இந்தச் செந்தூரத்தைத் தேனில் குழப்பி நாக்கிலே தடவுங்க. இந்தத் தைலத்தை மூக்குத் தண்டிலும் பொட்டிலும் தடவுங்க; நான் மூணு நாள் கழிஞ்சு வருகிறேன்" என்று மருந்துக்குக் கையில் ஒரு ரூபாய் வாங்கிக்கொண்டு வெளியேறினான்.

"பாத்துப் பாத்து, நல்ல வைத்தியனைத் தேடிப் புடிச்சாந்திய; பால் கஞ்சி சாப்பிடணுமாம்; ஆய்! நான் என்ன காச்சக்காரியா? ஒடம்பிலே பெலகீனம் இருக்கிறதெக் கண்டு பிடிக்க வைத்தியனா வரணும்? மனுசான்னாமயக்கம் வாறதில்லையா வந்தா, வந்த வளியாப்போகுது" என்றாள் செல்லம்மாள்.

இந்தச் சமயத்தில் வெளியில், "ஐயா, ஐயா!" என்று ஒரு குரல் கேட்டது.

"என்ன, முனிசாமியா! உள்ளே வா. ஏன் வரலேன்னு கேட்டுவிட்டாகளாக்கும். வீட்டிலே அம்மாவுக்கு உடம்பு குணமில்லை; நேத்துத்தப்பினது மறு பிழைப்பு; நாளைக்கு முடிஞ்சா வருகிறேன் என்று சொல்லு. முனிசாமி, நீ எனக்கு ஒரு காரியம் செய்வாயா? அந்த எதிர்ச் சரகத்திலே ஒரு மாட்டுத் தொழுவம் இருக்குது பாரு; அங்கே பால்கார நாயுடு இருப்பார். நான் கொஞ்சம்

கூப்பிட்டேன் என்று கூட்டிக்கொண்டு வா" என்று அனுப்பினார்.

"என் பேரிலே பளியெப் போட்டுக் கடைக்குப் போகாமே இருக்க வேண்டாம். போய்ச் சம்பளப் பணத்தெ வாங்கிக்கிட்டு வாருங்க" என்றாள் செல்லம்மாள்.

"அடேடெ மறந்தே போயிட்டேன். நேத்துப் பொடவை எடுத்தாந்து வச்சேன்; உனக்கு எது புடிச்சிருக்கு பாரு. வேண்டாததெக் குடுத்து அனுப்பிடலாம்" என்று மூட்டையை எடுத்து வந்து வைத்தார் பிரமநாயகம் பிள்ளை.

"விடியன்னையே மூட்டையைப் பாத்தேன்; கேக்கணும்னு நெனச்சேன்; மறந்தே போச்சு" என்று கூறிக்கொண்டே மூட்டையிலிருந்த மூன்று புடவைகளையும் புரட்டிப் புரட்டிப் பார்த்தாள்.

"எனக்கு இந்தப் பச்சைதான் புடிச்சுருக்கு; என்ன வெலையாம்?" என்றாள்.

"அதெப்பத்தி ஒனக்கென்ன? புடிச்சதெ எடுத்துக்கோ" என்று பச்சைப் புடவையை எடுத்து அலமாரியில் வைத்துவிட்டு, மற்ற இரண்டையும் மூட்டையாகக் கட்டிச் சுவரோரத்தில் வைத்தார்.

"கண்ட மானிக்குக் காசெச் செலவு பண்ணிப்புட்டு, பின்னாலே கண்ணைத் தள்ளிக்கிட்டு நிக்காதிய. நான் இப்பவே சொல்லிப் பிட்டேன்" என்று கண்டிப்புப் பண்ணினாள் செல்லம்மாள்.

வந்த பால்கார நாயுடுவிடம் மூன்று தினங்களுக்குச் சுத்தமான பசும்பாலுக்கு ஏற்பாடு செய்துவிட்டு, கடை முதலாளியிடம் தாம் கேட்டதாக ரூ.15 வாங்கி வரும்படியும், சேலை மூட்டையைச் சேர்ப்பித்து விடும்படியும் முனிசாமியிடம் சொல்லியனுப்பினார்.

4

அன்று பாயில் தலை சாய்க்க ஆரம்பித்ததிலிருந்து செல்லம்மாளுக்கு உடம்பு மோசமாகிக்கொண்டே போயிற்று. க்ஷீணம் அதிகமாயிற்று. மத்தியான்னம் அவளைக் கவனித்துச் சுச்ருஷை செய்ததன் பயனாக, அடுப்பில் கிடந்த பால் கஞ்சி, பசை மாதிரிக் குளுகுளு என்றாகிவிட, பிரமநாயகம் பிள்ளை அதில் வெந்நீரை விட்டுக் கலக்கி அவளுக்குக் கொடுக்க முயன்றார். பலவீனத்தினால் அரோசிகம் அதிகமாகிவிடவே உடனே வாந்தி எடுத்துவிட்டது. ஆனால் குமட்டல் நிற்கவில்லை. செல்லம்மாள்

நினைத்து நினைத்து வாயிலெடுக்க ஆரம்பித்தாள். உடல் தளர்ச்சி மிகுந்துவிட, மறுபடியும் பழைய கோளாறுகள் தலை தூக்க ஆரம்பித்தன.

அருகில் இருந்து கொண்டு காலையும் கையையும் பிடித்துப் பிடித்துக் கை ஓய்ந்ததுதான் மிச்சம். பகல் மூன்று மணிக்கெல்லாம் சோர்வு மேலீட்டால் செல்லம்மாள் மயங்கிக் கிடந்தாள். செத்துப்போய் விடுவோமோ என்ற பயம் அவளுக்கு ஏற்பட்டது. ஒவ்வொரு சமயங்களில் மூக்கும் கையும் குரக்கு வலித்து இழுத்து வாங்க ஆரம்பித்தன.

"எனக்கு என்னவோ ஒரு மாதிரியாக வருது. மற்றொரு வைத்தியனைப் பார்த்தால் தேவலை" என்றாள் செல்லம்மாள்.

"உடம்பு தளர்ந்திருப்பதால் இப்படி இருக்கிறது. சொல்லுகிறபடி, ஆடாமெ அசங்காமெ படுத்துக் கிடந்தாத்தானே! பயப்பட வேண்டாம்; எல்லாம் சரியாகப் போயிடும்" என்றார் பிரமநாயகம் பிள்ளை.

அவருக்கும் உள்ளுக்குள் சற்று விபரீதமாகப்பட்டது. "கொஞ்ச நேரத்தில் பால்காரன் வருவான். பாலை வாங்கி வைத்துவிட்டு டாக்டரைக் கூப்பிட்டுக்கொண்டு வருகிறேன். குன்னத்தூர் அத்தையை வரச்சொல்லிக் காயிதம் எழுதட்டா?" என்றார்.

"எளுதி என்னத்துக்கு? அவளாலே இந்தத் தூரா தொலைக்குத் தன்னந்தனியா வந்துக்கிட முடியுமா? கொஞ்சம் கருப்பட்டிக் காப்பி சுடச்சுடப் போட்டுத் தர்றியளா? இந்த வாந்தியாவது செத்தெ நிக்கும்" என்று சொல்லிவிட்டுச் சற்றுக் கண்ணை மூடினாள்.

"இந்த மாங்கொட்டைத்துண்டெக் கொஞ்சம் வாயிலே ஒதுக்கிக்கோ; நான் காப்பி போட்டுத் தாரேன்" என்று அடுப்பங்கரைக்குச் சென்றார்.

அவர் அடுப்பைப் பிரித்துவிட்டு அனலில் சற்று வெந்நீர் இடலாம் என்று தவலைத்தண்ணீரை அடுப்பேற்றும்போது பால்காரனும் வந்தான்.

கருப்பட்டிக் காப்பியைச் செல்லம்மாள் அருகில் வைத்துவிட்டுப் பாலைக் காய்ச்சி ஒரு பாத்திரத்தில் ஊற்றி வைத்துவிட்டு, "நான் போய் டாக்டரைக் கூட்டிக்கொண்டு வருகிறேன்" என்று வெளியே புறப்பட்டார்.

"சுருக்க வந்து சேருங்க; எனக்கு ஒருபடியா வருது" என்று மூடிய கண்களைத் திறக்காதபடி சொன்னாள் செல்லம்மாள். அவ்வளவு

தளர்ச்சி. வெளிக்கதவு கிறீச்சிட்டு, பிரமநாயகம் பிள்ளை புறப்பட்டு விட்டதை அறிவித்தது.

அவர் திரும்பி வரும்போது பொழுது கருக்கிவிட்டது. எவரோ ஓர் ஒன்றரையணா எல்.எம்.பி.யின் வீட்டு வாசலில் அவரது வருகைக்காகக் காத்துக் காத்து நின்றார். அவரும் வருவதாகக் காணவில்லை. கவலை, கற்பனையால் பலமடங்கு பெருகித் தோற்ற, நிலைமையும் விலாசமும் தெரிவித்து, உடனே வரும்படி கெஞ்சிக் கடுதாசி எழுதி வைத்துவிட்டு வீட்டுக்குத் திரும்பி வந்தார்.

கதவைத் திறந்து கொண்டு உள்ளே நுழைந்ததும் அவர் கண்ட காட்சி திடுக்கிட வைத்தது. செல்லம்மாள் முற்றத்தில் மயங்கிக் கிடந்தாள். சற்று முன் குடித்த காப்பி வாந்தியெடுத்துச் சிதறிக்கிடந்தது.

அவசர அவசரமாக விளக்கை ஏற்றினார். வெந்நீரை எடுத்து வந்து அவள் மேல் சிதறிக் கிடந்த குமட்டல்களைக் கழுவி, அவளைத் தூக்கிவந்து படுக்கையில் கிடத்தினார்.

வைத்தியன் கொடுத்துவிட்டுச் சென்ற செந்தூரத்தைத் தேனில் குழப்பி நாக்கில் தடவினார். மூக்கிலும் கால் கைகளிலும் தைலத்தைத் தடவினார். பிரக்ஞை வரவில்லை. மூச்சு இழையோடிக்கொண்டிருந்தது. மீண்டும் தைலத்தைச் சற்றுத் தாராளமாக விட்டு உடலில் தேய்த்து மயக்கம் தெளிவிக்க முயன்று கொண்டிருந்தார்.

அச்சமயம் வெளியே ஒரு ரிக்ஷா வந்து நின்றது. "ஸார் உள்ளே யார் இருக்கிறது?" என்று குரல் கொடுத்துக்கொண்டே கைப்பெட்டியும் வறுமையுமாக டாக்டர் உள்ளே வந்தார்.

"நல்ல சமயத்திலே வந்தீர்களையா!" என்று சொல்லிக்கொண்டே அவரை வரவேற்றார் பிரமநாயகம் பிள்ளை.

"இப்போ என்ன?" என்றபடியே அருகில் வந்து உட்கார்ந்து கையைப் பிடித்துப் பார்த்தார். வாயைத் திறக்க முயன்றார். பல் கிட்டிவிட்டிருந்தது.

"ஒரு நெருப்புப் பெட்டி இருந்தாக் கொண்டு வாருங்க; ஊசி குத்தணும்" என்றார்.

பிரமநாயகம் பிள்ளை அருகில் மாடத்தில் இருக்கும் நெருப்புப் பெட்டியை மறந்து விட்டு அடுப்பங்கரைக்கு ஓடினார். அவரது வருகைக்காகக் காத்திருப்பதற்காக மோட்டு வளையைப் பார்க்க

முயன்ற டாக்டரின் கண்களுக்கு மாடத்து நெருப்புப் பெட்டி தெரிந்தது. எடுத்து 'ஸ்பிரிட்' விளக்கை ஏற்றி மருந்து குத்தும் ஊசியை நெருப்பில் சுடவைத்துச் சுத்தப்படுத்தினார். கையில் நெருப்புப்பெட்டியுடன் அசடு வழிய வேர்வை வழிய நின்று கொண்டிருந்த பிரமநாயகம் பிள்ளையிடம், இடது கையைச் சற்று விளக்கருகில் தூக்கிப் பிடித்துக்கொள்ளும்படி சொல்லிவிட்டு, மருந்தைக் குத்தி ஏற்றினார். இரண்டொரு விநாடிகள் இருவரும் அவளையே பார்த்துக்கொண்டிருந்தார்கள்.

செல்லம்மாள் சிணுங்க ஆரம்பித்தாள்.

டாக்டர் மெதுவாகத் தம்முடைய கருவிகளை எடுத்துப் பெட்டியில் வைத்தார். "கொஞ்சம் சீயக்காய்ப் பொடி இருந்தால் கொடுங்கோ" என்று கேட்டார். பிரமநாயகம் பிள்ளை வேட்டி துவைக்கும் வெள்ளைச் சவுக்காரக் கட்டியைக் கொடுக்க, மௌனமாகக் கை கழுவிவிட்டு, "தூங்குகிறாப்போலிருக்கிறது. எழுப்ப வேண்டாம். எழுந்தால் பால் மட்டும் கொடுங்கள்; இம்மாதிரிக் கேஸ்களை வீட்டில் வைத்திருப்பது சவுகரியக் குறைச்சல் ஐயா; ஆஸ்பத்திரிதான் நல்லது" என்று கூறிக்கொண்டே பெட்டியைத் தூக்கிக்கொண்டு எழுந்து நடந்தார்.

முன் தொடர்ந்த பிள்ளை, "எப்படி இருக்கிறது?" என்று விநயமாகக் கேட்க, "இப்பொழுது ஒன்றும் சொல்வதற்கில்லை. எதற்கும் நாளை காலை வந்து என்னிடம் எப்படி இருக்கிறது என்று சொல்லுங்கள்; பிறகு பார்ப்போம்; இந்த ரிக்ஷாக்காரனுக்கு ஒரு நாலணா கொடுங்கள்" என்று சொல்லிக்கொண்டே வண்டியில் ஏறிக்கொண்டார். மடியிலிருந்த சில்லறை மனித மாட்டின் மடிக்கு மாறியது. ரிக்ஷா செல்லுவதைப் பார்த்து நின்றுவிட்டு உள்ளே திரும்பினார்.

செல்லம்மாள் தூங்கிக்கொண்டிருந்தாள்.

பிரமநாயகம் பிள்ளை ஓசைப்படாமல் அருகில் வந்து உட்கார்ந்து அவளையே பார்த்துக்கொண்டிருந்தார். தொட்டால் விழித்து விடுவாளோ என்ற அச்சம்.

அவளுடைய நெஞ்சின் மேல் ஓர் ஈ வந்து உட்கார்ந்தது. மென்மையான துணியின் மேல் அதற்கு உட்கார்ந்திருக்கப் பிரியம் இல்லை. மறுபடியும் பறந்து வட்டமிட்டு, அவளது உள்ளங்கையில் உட்கார்ந்தது. மறுபடியும் பறந்து, எங்கு அமர்வது என்று பிடிபடாதது போல வட்டமிட்டுப் பறந்தது. கடைசியாக அவளுடைய உதட்டின் மேல் உட்கார்ந்தது.

"தூ தூ" என்று துப்பிக்கொண்டு உதட்டைப் புறங்கையால் தேய்த்தபடி செல்லம்மாள் விழித்துக்கொண்டாள்.

சற்று நேரம் அவரையே உற்றுப் பார்த்துக்கொண்டிருந்தாள்.

"உங்களுக்குக் கொஞ்சங்கூட இரக்கமே இல்லை. என்னை இப்படிப் போட்டுட்டுப் போயிட்டியளே" என்று கடிந்து கொண்டாள்.

"நான் இல்லாமலிருக்கப்போ நீ ஏந்திரிச்சு நடமாடலாமா?" என்று சொல்லிக்கொண்டே அவள் கன்னத்தைத் தடவிக்கொடுத்தார்.

"நான் செத்துத்தான் போவேன் போலிருக்கு; வீணாத் தடபுடல் பண்ணாதிய" என்று சொல்லிவிட்டுக் கண்ணை மூடினாள்.

"உடம்பில் தளர்ச்சியாக இருக்கிறதால்தான் அப்படித் தோணுது; காலைப் பிடிக்கட்டா" என்று மெதுவாகத் தடவிக்கொடுத்தார்.

"அப்பாடா! மேலெல்லாம் வலிக்குது. உள்ளுக்குள்ளே ஜில்லுன்னு வருது. என் கையைப் புடிச்சுக்கிட்டுப் பக்கத்திலேயே இருங்க" என்று அவர் கையைச் செல்லம்மாள் தன் இரண்டு கைகளாலும் பிடித்துக் கொண்டு கண்களை மூடிக்கொண்டாள்.

சற்று நேரம் பேசாமல் இருந்து விட்டு, "அம்மையெப் பாக்கணும் போல இருக்கு" என்று கண்களைத் திறக்காமலே சொன்னாள்.

"நாளைக்கு உடனே வரும்படி தந்தி கொடுத்தாப் போகுது; அதுக்கென்ன பிரமாதம்" என்றார் பிள்ளை. அவருக்குப் பயம் தட்டியது. பிரக்ஞை தடம் புரண்டு விட்டதா?

"ஊம், துட்டெ வீணாக்க வேண்டாம். கடுதாசி போட்டால் போதும். அவ எங்கெ வரப்போறா? நாளைக்காவது நீங்க கடைக்குப் போங்க" என்றாள் செல்லம்மாள்.

"நீ கொஞ்சம் மனசெ அலட்டிக்காமே படுத்துக்கோ" என்று சொல்லிக்கொண்டே அவள் கைப்பிடியிலிருந்து வலது கையை விடுவித்துக்கொண்டு நெற்றியைத் தடவிக்கொடுத்தார்.

"வலிக்குது. தாகமாக இருக்கு. கொஞ்சம் வெந்நி" என்றாள்.

வெந்நி வயத்தைப் பெரட்டும்; இப்பந்தானே வாந்தியெடுத்தது?" என்றார். மெதுவாக அவள் கைகள் இரண்டையும் பிடித்துக்கொண்டு முகத்தையே பார்த்துக் கொண்டிருந்தார். செல்லம்மாளுக்குக் காலையிலிருந்த முகப்பொலிவு மங்கிவிட்டது. உதடுகள் சற்று நீலம் பாரித்து விட்டன. அடிக்கடி வறட்சியைத் தவிர்க்க உதட்டை நக்கிக்கொண்டாள்.

“நெஞ்சில் என்னமாவோ படபடவென்று அடிக்குது” என்றாள் மறுபடியும்.

“எல்லாம் தளர்ச்சியின் கோளாறுதான்; பயப்படாதே!” என்று நெஞ்சைத் தடவிக்கொடுத்தார்.

ஒரு விநாடி கழித்து, “பசிக்குது; பாலைத் தாருங்க. நான் தூங்குதேன்” என்றாள் செல்லம்மாள்.

“இதோ எடுத்து வாரேன்” என்று உள்ளே ஓடிச்சென்றார் பிரமநாயகம் பிள்ளை. பால் திரிந்து போயிருந்தது. அவருக்குத் திக்கென்றது. மாடத்திலே உலர்ந்து போன எலுமிச்சம் பழம் இருந்தது. அதை எடுத்து வெந்நீரில் பிழிந்து சர்க்கரையிட்டு அவளருகில் கொண்டு வந்து வைத்துக்கொண்டு உட்கார்ந்தார். சற்று நேரம் சூடான பானகத்தைக் குடிக்கும் பக்குவத்துக்கு ஆற்றினார்.

“செல்லம்மா!” என்று மெதுவாகக் கூப்பிட்டார்.

பதில் இல்லை. மூச்சு நிதானமாக வந்து கொண்டிருந்தது.

“செல்லம்மா பால் தெரைஞ்சு போச்சு; பானகம் தாரேன். குடிச்சுப்புட்டுத் தூங்கு” என்றார்.

“ஆகட்டும்” என்பது போல அவள் மெதுவாக அசைத்தாள்.

சிறு தம்ளரில் ஊற்றி மெதுவாக வாயில் ஊற்றினார். இரண்டு மடக்குக் குடித்துவிட்டுத் தலையை அசைத்துவிட்டாள்.

“ஏன், வெளக்கை...” - விக்கலுடன் உடல் குலுங்கியது. நெஞ்சு விம்மி அமர்ந்தது. காலும் கையும் வெட்டி வாங்கின.

அதிர்ச்சி ஓய்ந்ததும் பிள்ளை பானகத்தைக் கொடுத்தார். அது இருபுறமும் வழிந்துவிட்டது.

பாத்திரத்தை மெதுவாக வைத்துவிட்டுத் தொட்டுப் பார்த்தார்.

உடல்தான் இருந்தது.

வைத்த கையை மாற்றாமல் பூதாகாரமாகச் சுவரில் விழுந்த தமது சாயையைப் பார்த்தார். அதன் கைகள் செல்லம்மாள் நெஞ்சைத் தோண்டி உயிரைப் பிடுங்குவன போல் இருந்தன.

சித்த வைத்தியன் கொடுத்த மருந்தில் மிஞ்சிக் கிடந்தவற்றை உடம்பில் பிரயோகித்துப் பார்த்தார். “இனிமேல் ஆவது ஒன்றுமில்லை” என்பது தெரிந்தும் தவிட்டு ஒற்றடம் கொடுத்துப் பார்த்தார்.

அவரது நெற்றியின் வியர்வை அந்த உடலின் கண் இமையில் சொட்டியது.

அரைக்கண் போட்டிருந்த அதை நன்றாக மூடினார். குரக்குவலி இழுத்த காலை நிமிர்த்திக் கிடத்தினார். கைகளை நெஞ்சில் மடித்து வைத்தார்.

அருகில் உட்கார்ந்திருந்தவர் பிரக்ஞையில் தளதளவென்று கொதிக்கும் வெந்நீரின் அழைப்புக் கேட்டது.

உள்ளே சென்று செல்லம்மாள் எப்போதும் குளிக்கும் பருவத்துக்குப் பக்குவப்படுத்தினார்.

உடலை எடுத்து வந்தார். "செல்லம்மாள் இவ்வளவு கனமில்லையே; என்னமாக் கனக்கிறது!" என்று எண்ணமிட்டார்.

தலை வசப்படாமல் சரிந்து சரிந்து விழுந்தது.

கீழே உட்காரவைத்து, நின்று தமது முழங்காலில் சாய்த்துவைத்துத் தவலைத் தண்ணீர் முழுவதையும் விட்டுக் குளிப்பாட்டினார். மஞ்சள் இருக்குமிடம் தெரியாததனால் அதற்கு வசதி இல்லாமற் போய்விட்டது. மேல் துணியை வைத்து உடலைத் துவட்டினார்.

மீண்டும் எடுத்துக்கொண்டு வந்து படுக்கையில் கிடத்தினார். அவளுக்கு என வாங்கிய பச்சைப்புடைவை அந்த உடலில் சுற்றிக் கட்டப்பட்டது. நெற்றியில் விபூதியும் குங்குமமும் இட்டார். தலைமாட்டினருகில் குத்துவிளக்கை ஏற்றிவைத்தார். எப்பொழுதோ ஒரு சரஸ்வதி பூஜைக்கு வாங்கின சாம்பிராணி ஞாபகம் வந்தது. கனல் எடுத்து வந்து வைத்துப் பொடியைத் தூவினார். நிறை நாழி வைத்தார்.

செல்லம்மாள் உடம்புக்குச் செய்யவேண்டிய பவித்திரமான பணிவிடைகளைச் செய்து முடித்துவிட்டு அதையே பார்த்து நின்றார்.

கூடத்தில் மூச்சுத் திணறுவதுபோல் இருந்தது. வெளிவாசலுக்கு வந்து தெருவில் இறங்கி நின்றார்.

ஊசிக்காற்று அவர் உடம்பை வருடியது.

வானத்திலே தெறிகெட்டுச் சிதறிக்கிடந்த நட்சத்திரங்களில் திரிசங்குக் கிரகமண்டலம் அவர் கண்ணில் பட்டது. அவருக்கு வான சாஸ்திரம் தெரியாது. சங்குமண்டலத்தின் கால், தூரத்தில் தெரிந்த கறுப்பு ஊசிக் கோபுரத்தில் மாட்டிக்கொண்டு அஸ்தமிக்கவோ உதயமாகவோ முடியாமல் தவித்தது.

அருகில், "ஐயா!" என்றான் முனிசாமி.

"முதலாளி குடுத்தாங்க" என்று நோட்டுகளை நீட்டினான்; "அம்மாவுக்கு எப்படி இருக்கு?" என்றான்.

"அம்மா தவறிப் போயிட்டாங்க. நீ இந்த நோட்டை வச்சுக்க; ஒரு தந்தி எளுதித் தாரேன். அதெக் குடுத்துப்புட்டு, முதலாளி ஐயா வீட்டிலே சொல்லு. வரும்போது அம்பட்டனுக்கும் சொல்லிவிட்டு வா" என்றார்.

நிதானமாகவே பேசினார்; குரலில் உளைச்சல் தொனிக்கவில்லை.

பிரமித்துப்போன முனிசாமி தந்தி கொடுக்க ஓடினான்.

பிரமநாயகம் பிள்ளை உள்ளே திரும்பி வந்து உட்கார்ந்தார். கனலில் மீண்டும் கொஞ்சம் சாம்பிராணியைத் தூவினார்.

அந்த ஈ மறுபடியும் அந்த உடலின் முகத்தில் வட்டமிட்டு உட்கார்ந்தது.

பிரமநாயகம் பிள்ளை அதை உட்காரவிடாமல் விரட்டுவதற்கு விசிறியால் மெதுவாக வீசிக்கொண்டே இருந்தார்.

அதிகாலையில், மனசில் வருத்தமில்லாமல், பிலாக்கணம் தொடுக்கும் ஒரு பெண்ணின் அழுகையில் வெளிப்பட்ட வேஷத்தை மறைப்பதற்கு வெளியில் இரட்டைச்சங்கு பிலாக்கணம் தொடுத்தது.

■

www.ingramcontent.com/pod-product-compliance
Lightning Source LLC
LaVergne TN
LVHW100841051026
849519LV00006B/2383
* 9 7 8 9 3 8 4 4 2 1 1 3 7 *